Kama Ndugu Yako Akitenda Dhambi

Uchunguzi Wa Kitabu Cha Mathayo 18:15-17

F. Wayne Mac Leod

Light To My Path Book Distribution
Sydney Mines, Nova Scotia CANADA

Kama Ndugu Yako Akitenda Dhambi

© 2010 Na F. Wayne Mac Leod

Kimetolewa Na Light to My Path Book Distribution
153 Atlanctic Street,
Sydney Mines, Nova Scotia,
Canada B1V 1Y5

Haki zote zimehifadhiwa. Hakuna ruhusa ya kunakiri sehemu ya kitabu hiki kwa njia yo yote ile bila ruhusa ya maandishi kutoka kwa mwandishi.

Labda ielezwe vinginevyo, mistari yote ya Biblia imetolewa katika The Holy Bible in Kiswahili Union Version Published as BIBLIA Maandiko Matakatifu pamoja Na Itifaki © Bible Society of Tanzania, 1997

Shukrani za dhati zimwendee mfasiri Mwinjilist Silvanus Peter Cheyo, na mhariri Mch.Isaac Madeleke wa Kanisa la Baptist Nyamanoro, Mwanza-Tanzania.

Yaliyomo

Didiaji 3
1 Kama Ndugu Yako Akitenda Dhambi 7
2 Nenda Ukamwonyeshe Kosa Lake 15
3 Mkiwa Wawili Peke Yenu 23
4 Mashahidi Mmoja au Wawili 29
5 Liambie Kanisa 37
6 Kama Akidataa Kulisikiliza Kanisa 43
7 Mtendee Kama Mpagani au Mtoza Ushuru 49
8 Kama Hakuna Suluhu 59

Didiaji

Nilipokea simu na kusikia sauti ile ile niliyoizoea. Alikuwa mmoja wa waumini katika kanisa ambalo nilikuwa nikihudumu. Sauti yake ilikuwa kama ya mwenda wazimu. "Unatakiwa ufike hapa mara moja," aliniomba. "Kwa nini, kuna tatizo gani?" Niliuliza. "Nitakuambia ukifika hapa"' alijibu.

Niliahirisha nilichokuwa nikifanya na kwenda nyumbani kwake. Hii itakuwa ni safari yangu ya mwisho kulitembelea kanisa hili. Mke wangu pamoja nami tulikuwa tunatarajia kurudi nyumbani kwa ajili ya likizo fupi baada ya kutumika kwa muda wa miaka miwili katika nchi ile. Wanawake walikuwa wakijiandaa na sherehe a kumwaga mke wangu kama ishara ya shukrani kwa huduma aliyokuwa akiifanya katikati yao.

Nilipowasili, niliwasalimu wanakanisa na nikakaribishwa kuketi. "Kuna tatizo gani?" Niliuliza. "Ndivyo hivyo," jibu lilitoka (akanipa jina). "Amewakaribisha akina mama kutoka kanisa lile ili kuhudhuria sherehe ambayo tumemwandalia mkeo. Hakunihusisha juu ya uamuzi huu. Aliwakaribisha tu waungane nasi. Wewe ni mchungaji; nakuomba uongee naye juu ya jambo hili. Mwambie kwamba alitakiwa aongee nami kwanza," aliongea kwa hasira.

Je! Ulizungumza naye wewe binafsi? Niliuliza. "Hapana," alijibu, "Asingenisikiliza." "Utajuaje bila kujaribu?," niliuliza. "Kama ningeenda nyumbani kwake angeweza kunipiga," alisema. "Sawa kwa nini usimpigie simu?" "Nitampigia kama utakuwa tayari kusikiliza mazungumzo yetu kwa simu ile pale," alijibu.

3

Nikitafakari jambo hili kwa muda kitambo, nilijibu. "Mungu ametueleza kwamba kama tuna tatizo na ndugu yetu ni vyema kwemwendea sisi wenyewe. Naamini kama tunataka baraka za Mungu juu ya jambo hili, tunapaswa kulifanya kwa njia ya Mungu. Mimi sitafanya kitu cho chote hadi utakapokuwa tayari kufanya kwa njia ya Mungu. Sema naye wewe mwenyewe."

"Yote sawa," alisema na kwenda kuchukua simu iliyokuwa kwenye chumba kingine. Baada ya dakika chache alirudi akiwa na uso wa tabasamu. "Mungu amekuwa akisema naye (alitaja jina) kwa kile alichokifanya. Amekiri na kuniomba msamaha na tukayarekebisha mambo yote." Kwa pamoja tulimsifu Mungu kwa baraka zake za ajabu.

Wakati nikitoka nyumbani mwa mwanamke huyu, nilijiuliza na kuwaza ni nini kingetokea kama ningekuwa nimemsikiliza na kufanyia kazi mawazo yake. Hebu waza kwamba kanisa lingekuwa limeshirikishwa jambo hili. Matokeo yake yangekuwa ni hatari sana. Makanisa mengi yamegawanyika kwa sababu ndogondogo kama hizi.

Hatupaswi kuyatelekeza matatizo kati ya waumini kama tunavyofanya kwa watoto wetu ndani ya familia zetu. Mara kwa mara hatutakubali kuona jinsi mambo yatakavyoendeshwa. Wakati mwingine tunatenda kwa hasira na kiburi. Haiba zetu hugongana. Watu huumizwa. Maandiko yamejaa mifano mingi ya migogoro kati ya waumini.

Bwana Mungu alijua kwamba jambo hili litaendelea kutokea, hivyo akatoa maelekezo ya jinsi gani tunaweza kulishughulikia jambo kama hili. Kwa upendeleo wa pekee hapa Yesu anatufundisha katika Mathayo 18:15-17. Katika kifungu hiki Yesu anatufundisha jinsi ya kuyashughulikia matatizo yanapotokea.

Mathayo 18 inatoa changamoto ya kuyashughulikia mambo kibinafsi yanapotokea katikati ya mahusiano yetu. Inaelekeza njia iliyo salama kwa ndugu walioanguka ili kupatana na kuwatia moyo waumini wachanga kiroho kuwatia moyo ndugu zao katika nyakati za matatizo.

Tumekipuuza kifungu hiki kwa aibu yetu wenyewe na kwa maumivu ya wengi katika mwili wa Kristo. Katika mafundisho haya sura zinazofuata, tutadadisi mafundisho ya Yesu na matumizi yake katika mahusiano yetu kwa kanisa la sasa. Maombi yangu ni kwamba Bwana atayatumia mafundisho haya kuwasaidia watu ili waweze kukabiliana na matatizo ambayo hayana budi kuja. Mungu apendezwe kuponya mahusiano ya wengi katika mwili wa Kristo kupitia mafundisho haya rahisi.

F. Wayne Mac Leod

1
Kama Ndugu Yako Akitenda Dhambi

"Kama ndugu yako akitenda Dhambi" (Mathayo 18:15)

Tunapoanza mafunzo haya ya Mathayo 18:15-17 zingatia kwamba Yesu hapa anazungumza juu ya "ndugu." Kifungu hiki ni kwa ajili ya waumini. Ufahamu ni kwamba kutakuwa na matatizo katikati ya waumini katika mwili wa Kristo. Hii isitushtushe. Tangu mwanzo kabisa kumekuwapo na matatizo katika familia ya Mungu. Tukirudi nyuma kabisa katika bustani ya Edeni tunaona jinsi gani wivu na hasira vilivyowaka katika maisha ya Kaini na kumwinukia ndugu yake Habili na kumwua (Mwanzo 4). Kile kilichoanza kule bustanini kiliweka mfano wa wimbi la mgawanyiko na kuvunjika kwa mahusiano katikati ya ndugu wa imani.

Kitu kinachotia moyo katika kifungu hiki cha Maandiko ni kwamba Yesu alitoa njia ya kutatua matatizo ndani ya kanisa lake. Akijua asili ya kibinadamu na migongano ambavyo havina budi kutokea, anatuambia, "Na kama ndugu akikukosea" hiki ndicho kitu cha kufanya. Hajatuacha bila tumaini kukabiliana na migongano kama hiyo. Alitambua kwamba itatokea na akatupatia njia na mwongozo wa kuyashughulikia. Alitambua kwamba kifungu hiki cha maandiko ni cha muhimu sana kwetu leo. Ni wachache sana ambao wataiaga dunia hii bila kukumbana na tatizo kati yake na mwumini mwenzake. Ni kwa sababu hii Mathayo 18:15-17 ni muhimu sana.

Sisi sote tutatakiwa kurejea mara kwa mara kwa ajili ya mwongozo katika maisha yetu.

Pia zingatia kuwa katika mstari huu Bwana anazungumzia juu ya dhambi. Neno "dhambi" ni la muhimu na linatueleza kitu cha muhimu. Kuna mambo mengi yanayoweza kusababisha shida katika maisha ya waumini siku hizi. Matashi binafsi yanaweza kuligawa kanisa. Mwingine angependelea ibada yenye ukimya na tafakari hali mwingine anapendelea ibada iliyo katika mtindo wa uchangamfu. Watauwa wa Mungu huyatafsiri mafundisho ya Maandiko kwa mtazamo tofauti tofauti. Hebu fikiri juu ya tofauti zilizopo juu ya siku za mwisho. Ukweli kama huu wa mafundisho unaweza kuwatenganisha waumini. Maswali juu ya matendo huleta mgawanyiko. Nini Mkristo anaweza kula, kunywa, au kufanya yawezakuwa ni chanzo cha mjadala katikati ya waumini. Mtume Paulo anayo mengi ya kutufundisha juu ya mambo haya katika Warumi 14. Sikiliza ushauri huu:

> Warumi 14:5-8; 12-13 (5) Mtu mmoja afanya tofauti kati ya siku na siku, mwingine aona siku zote kuwa sawasawa. Kila mtu na athibitike katika akili zake mwenyewe. (6) Yeye aadhimishaye siku, huiadhimisha kwa Bwana, kwa maana amshukuru Mungu; naye alaye, hula kwa Bwana, kwa maana amshukuru Mungu; tena asiyekula, hali kwa Bwana, naye pia amshukuru Bwana. (7) Kwa sababu hakuna mtu miongoni mwetu aishiye kwa nafsi yake, wala hakuna afaye kwa nafsi yake. (8) Kwa maana kama tukiishi, twaishi kwa Bwana, au kama tukifa, twafa kwa Bwana…(12) Basi ni hivyo, kila mtu miongoni mwenu atatoa habari zake mwenyewe mbele za Mungu. (13) Basi tusizidi kuhukumiana, bali afadhali toeni hukumu hii, mtu asitie kitu cha kumkwaza ndugu au cha kumwangusha.

Daima kutakuwa na tofauti ya mtazamo katikati ya waumini. Tutarajie kuona utofauti mkubwa ndani ya kanisa. Tutamwabudu Mungu kwa njia mbalimbali tofauti. Tutaionyesha imani yetu kwa njia mbalimbali tofauti. Ingawa, tofauti hizi si dhambi. Paulo anatutia moyo kuishi nazo tofauti hizi na kuzikubali kuwa ni kitu cha kawaida.

Mathayo 18:15-17 sio juu ya tofauti kati ya watauwa wa Mungu juu ya utashi au tafsiri ya Maandiko katika mambo madogo madogo ya mafundisho. Wakati Yesu anasema, "Na ndugu yako akikukosea," anazungumzia habari ya kaka au dada ambaye ameshindwa kuyatii mafundisho ya neno la Mungu na anatembea katika njia isiyompendeza Mungu. Kama tunataka kuyafuatilia vizuri mafundisho ya Yesu katika sehemu hii ni vyema tutofautishe kati ya utashi/mtu kupenda kitu na dhambi.

Dhambi inahusika na kutotii mafundisho sahihi ya neno la Mungu. Hii inaweza kuwa ni kwa hiari au pasipo hiari. Huhitaji kutenda kwa nia mbaya ili utende dhambi. Huhitaji hata kujua kwamba umetenda dhambi ili ujisikie una hatia. Hesabu 15:22-24 inaeleza juu ya dhabihu iliyotolewa kwa ajili ya dhambi ambazo zilitendwa bila kujua.

Hesabu 15:22-24 (22) Tena mtakapokosa, msiyashike maagizo hayo yote BWANA aliyomwambia Musa, (23) hayo yote BWANA aliyowaagiza kwa mkono wa Musa, tangu siku hiyo BWANA aliyoleta maagizo, na baadaye katika vizazi vyenu (24) ndipo itakapokuwa, kama ni kosa lililofanywa pasipo kujua, wala mkutano haukuwa na fahamu, ndipo mkutano wote utasongeza ng'ombe mume mmoja mdogo kuwa sadaka ya kuteketezwa, kuwa harufu ya kupendeza kwa BWANA, pamoja na sadaka yake ya unga, na sadaka yake ya kinywaji, kama amri ilivyo, na mbuzi mume mmoja kuwa sadaka ya dhambi.

Ezekieli 45 inazungumzia juu ya sadaka ambazo zilipaswa kutolewa kwa dhambi zilizotendwa kwa sababu ya ujinga.

Ezekieli 45:18-20 BWANA Mungu asema hivi; Mwezi wa kwanza, siku ya kwanza ya mwezi, utatwaa ng'ombe mchanga mume mkamilifu; nawe utapatakasa mahali patakatifu. (19) Na kuhani atatwaa baadhi ya damu ya sadaka ya dhambi, na kuitia juu ya miimo ya milango ya nyumba, na juu ya pembe nne za daraja ya madhabahu, na juu ya miimo ya lango la ua wa ndani. (20) Nawe utafanya vivyo hivyo katika mwezi wa saba, siku ya kwanza ya mwezi kwa ajili ya kila mtu akosaye, na kwa ajili ya mtu aliye mjinga, ndivyo mtakavyoifanyia nyumba upatanisho.

Kutotii amri za Mungu, aidha kwa utashi au pasipo utashi, ni tofauti na utashi binafsi pamoja na utafsiri wa Maandiko. Siku moja niliombwa kuhubiri katika kanisa moja huko India, lakini ilinibidi nivue viatu nilipokaribia madhabahuni maana wenyeji wangu waliniomba kufanya hivyo. Waumini hawa walikuwa wanasimia andiko la Kutoka 3:5, wakati ule ambapo Mungu alimwambia Musa kuvua viatu vyake alipokaribia kwenye kichaka kilichokuwa kikiwaka moto. Tangu wakati ule nimeendelea kuvua viatu kila ninapokaribia madhabahu ya Mungu kuhubiri ili kujikumbusha mwenyewe unyeti wa kazi hii ambayo Mungu ameniita niifanye. Ilihali hili ni tendo zuri sana, hatutendi dhambi kwa kuhubiri tumevaa viatu.

Mara nyingi Yesu aliketi na wenye dhambi. Kweli, alijulikana kama rafiki wa watoza ushuru na wenye dhamabi (Mathayo 11:19). Kwa upande wa pili, Paulo anawakumbusha wasomaji wake juu ya mafundisho ya Bwana ya kujitenga na wasioamini.

> 2 Wakorintho 6:17 (17) "Kwa hiyo tokeni kati yao, Mkatengwe nao, asema Bwana, Msiguse kitu kilicho kichafu, Nami nitawakaribisha."

Tunapaswa kuelewa nini juu ya mafundisho ya mfano huu wa Bwana? Je! Tunapaswa kushirikiana na wasio amini au la? Kuna nyakati ambazo tunapaswa kuwa rafiki wa wasioamini na kuna nyakati ambazo tunapaswa kujitenga nao. Msitari hauko wazi sana, hivyo waumini watayatafsili mazingira na hali kila moja tofauti.

Kuna wakati fulani mke wangu na mimi tulihudhuria ibada katika Kanisa ambalo lilikuwa na mitindo mitatu tofauti ya kuabudu. Saa 3 asubuhi walikuwa na ibada ya kitamaduni ambayo ilihusisha kuimba nyimbo za zamani zilizozoeleka. Saa 4 asubuhi walitoa ibada ya kisasa kwa wale waliopendelea kikundi cha sifa na kuimba pambio. Saa 5 asubuhi ilikuwa ni huduma endelevu ambayo ilikuwa ni bendi kamili, muziki uliolia kwa sauti ya juu na mikito ya nguvu. Kama waumini, wote tuna utashi wetu.

Mungu anatuita kuwa wavumilivu kila mmoja na mwenziwe katika mwili wa Kristo. Wote hatutayaona mambo katika mtazamo ule ule. Kabla ya kumfikia kaka au dada juu ya jambo fulani, tunapaswa kuamua kama kile wanachokifanya ni dhambi au utashi wao binafsi.

Kuna jambo jingine ambalo tunapaswa kulifikiria katika muktadha huu. Pia tunapaswa kutathimini mazingira na nia ya moyo wa ndugu yetu. Acha nieleze kwa uwazi zaidi.

Katika 1 Samweli 21:1-3 Daudi na watu wake walikuwa wakimkimbia Sauli. Walikuwa na njaa, kiu na wamechoka sana, hivyo walihitaji kitu cha kuwaburudisha. Daudi akamwomba kuhani mikate. Mikate iliyokuwa imesalia ilikuwa imetunzwa, kwa sheria ya Musa, kwa ajili ya kuhani pekee. Akiwahurumia Daudi na watu wake, yule kuhani aliwapa ule mkate. Ni rahisi sana kumlaumu kuhani huyu ambaye amevunja sheria ya Musa. Inafurahisha kugundua, kama Yesu angekuwapo angempongeza kuhani huyu maana alitenda kwa kuwahurumia Daudi na watu wake wakati wa hitaji (ona Mathayo 12:1-5). Mungu alilipokea tendo la kuhani huyu ingawa kwa wazi lilikuwa kinyume cha sheria ambayo alikuwa ameitoa kwa Musa.

Katika Agano la Kale sheria ya Sabato ilitekelezwa kwa nguvu sana. Ingawa Yesu aliingia katika mgongano mkali na Mafarisayo juu ya sheria hii. Yesu aliona huruma na haki vina umuhimu wa pekee kuliko matumizi ya kisheria juu ya Sabato. Akizungumza na Mafarisayo kwa nini alimponya mtu yule siku ya Sabato anasema:

Mathayo 12:11-12 (11) "Ni mtu yupi miongoni mwenu mwenye kondoo mmoja, na yule kondoo ametumbukia shimoni siku ya sabato, asiyemshika akamwopoa. (12) Je! Mtu ni bora kuliko kondoo mara ngapi? Basi ni halali kutenda mema siku ya sabato."

Je! Isingekuwa vibaya kumwacha mtu ateseke siku ya Sabato kama una uwezo wa kumponya au kutuliza maumivu yake?

Je! Isingekuwa vibaya kumwacha kondoo afie shimoni siku ya Sabato kama ulikuwa na uwezo wa kumwokoa? Kabla hatujamlaumu ndugu yetu juu ya dhambi ni vyema tukatathimini nia na msukumo wake.

Mara kwa mara huwa natumia mfano wa mtu anayempeleka hospitalini rafiki yake aliye katika hali ya kufa. Anafahamu kwamba kila nukta ni ya muhimu sana na rafiki yake anamtegemea sana amfikishe hospitalini haraka iwezekanavyo. Akiwa anaendesha gari barabarani anaona alama ya kipunguza mwendo. Ana uamuzi wa kufanya. Je! Atamwacha rafiki yake afe kwa kutii alama ya kipunguza mwendo au atavunja sheria ili aokoe maisha ya rafiki yake? Je! Utamlaumu mtu huyu kwa kwenda mwendo kasi wakati akijitahidi kuokoa maisha ya rafiki yake? Je! Utamsomea mistari ya Biblia juu ya kutii mamlaka ya serikali ambayo imewekwa na Mungu juu yetu? Je! Mtamweka chini ya matazamio kanisani kwa sababu amevunja sheria za nchi? Hakika hapana! Ukiifahamu nia yake, hutaona dreva mzembe aliyekuwa anahatarisha maisha ya watu wengine kule barabarani, bali mtu mwenye huruma kubwa akijaribu kuokoa maisha ya rafiki yake. Hakika matendo ya mtu huyu si uovu mbele za Mungu wetu aliye Mtakatifu wala hawezi kuhesabiwa kwamba ametenda dhambi.

Nimewahi kukutana na mazingira ya watu kushutumiwa dhambi kabla nia ya mioyo yao haijatathiminiwa. Kama washutumiaji wangepata muda wa kusikiliza na kuielewa hali halisi, wasingekuwa wepesi wa kumshutumu kaka au dada yao juu ya dhambi.

Mathayo 18:15 inazungumza juu ya rafiki ambaye anaishi pasipo kumpendeza Mungu. Si juu ya utofauti wa maoni ya waumini wala sio juu ya kuitumia sheria bila kutathimini nia ya moyo wa ndugu. Kama tunataka kuyatumia mafundisho haya ya Yesu kwa usahihi, kwanza tunapaswa kutathimini kama matendo na nia ya kaka au dada yetu ni chukizo kwa Mungu.

Mambo ya kutafakari:

- Je! Inawezekana, katika ulimwengu huu mwovu, kudhani kwamba utaishi bila kukwaruzana na muumini mwenzako? Je! Umewahi kushughulika na machafuko na maumivu ndani ya kanisa? Eleza.
- Kuna tofauti gani kati ya dhambi na utashi? Toa mifano ya utofauti katika utashi na tafasiri ndogo ndogo za mafundisho ambazo umewahi kuzishughulikia kanisani kwako.
- Je! Kuna umuhimu kiasi gani wa kuyaelewa mazingira ya uchaguzi wa mtu au matendo yake kabla ya kumshutumu juu ya dhambi yake.

Mambo ya Kuombea:

- Tumshukuru Mungu kwa kuwa alitupatia njia ya kuyashughulikia matatizo yanayoweza kujitokeza kati yetu akina kaka na dada katika Kristo.
- Mwombe Mungu akupe neema ya kuzikubali tofauti zilizopo kati ya waumini wa kweli katika mambo ya tafsiri na utashi. Mwombe Mungu akusamehe kwa nyakati zile ambazo hukuwa mvumilivu wala subira juu ya kaka au dada ambaye alihitilafiana nawe.
- Mwombe Mungu akusaidie kutohukumu hadi pale utakapokuwa umeielewa nia ya moyo wa ndugu yako.

2
Nenda Ukamwonyeshe Kosa Lake

"Kama ndugu yako akitenda Dhambi" (Mathayo 18:15)

Katika Mathayo 18:15 Yesu anashughulika na swala la nini tufanye kama rafiki Mkristo akianguka dhambini. Tunapoendelea na tathimini ya mstari huu wa 15 dhambi anayoisema Yesu iko mbele yako inakukabili binafsi. Kifungu hiki hakishughulikii dhambi iliyotendwa kwa watu wengine. Hii haimaanishi kwamba tusijishughulishe na ukeukwaji wa haki na fujo wanazotendewa watu wengine. Kuna vifungu vingi tu ambavyo vinalishughulikia swala hili. Ingawa katika mstari huu, Yesu anazungumzia dhambi ambazo tumetendewa sisi binafsi.

Kuna majaribu mawili ambayo yanatukabili wakati mtu akitutenda dhambi. Kwanza, tunajaribiwa kulichukua jambo hilo mikononi mwetu na kudai kulipiza kisasi. Jaribu kama hili Maandiko yanalitolea kinga hasa dhidi ya mtu ambaye ametenda dhambi dhidi ya mwingine bila kukusudia. Katika kitabu cha Hesabu 35:10-12 Bwana aliwaamuru watu wake watenge miji ya makimbilio ambayo watu walioua ndugu zao bila kukusudia wakimbilie huko kwa ajili ya usalama wao dhidi ya hasira na kulipiza kisasi kwa familia iliyoathirika.

Hesabu 35:10-14 (10) Nena na wana wa Israeli, uwaambie, Mtakapovuka mto wa Yordani na kuingia nchi ya Kanaani,

(11) Ndipo mtajiwekea iwe miji ya makimbilio kwa ajili yenu; ili kwamba mwenye kumwua mtu, pasipo kukusudia kumwua, apate kukimbilia huko. (12) Na hiyo miji itakuwa kwenu kuwa makimbilio, kukimbia mwenye kutwaa kisasi, ili asiuawe mwenye kumwua mtu, hata atakaposimama mbele ya mkutano ahukumiwe. (13) Na hiyo miji mtakayowapa itakuwa kwenu ni miji sita ya makimbilio. (14) Mtawapa miji mitatu ng'ambo ya pili ya Yordani, na miji mitatu mtawapa katika nchi ya Kanaani; miji hiyo itakuwa ni miji ya makimbilio.

Mtume Paulo anatuonya juu ya kujichukulia sheria mkononi katika Warumi 12:19

Warumi 12:19 Wapenzi, msijilipize kisasi, bali ipisheni ghadhabu ya Mungu; "maana imeandikwa, Kisasi ni juu yangu mimi; mimi nitalipa," anena Bwana.

Mahali hapa inaeleza wazi kwamba Wakristo hawapaswi kulipiza kisasi dhidi ya yale mabaya wanayotendewa. Tunapaswa kuyapinga mawazo ya "mpaka tulingane" au kulipiza kisasi.

Pili, jaribu la pili ambalo ndugu yetu akitukosea ni kunyamaza kimya. Yesu alifundisha kwamba ni kugeuza shavu la pili:

Mathayo 5:38-40 (38) Mmesikia kwamba imenenwa, Jicho kwa jicho, na jino kwa jino; (39) Lakini mimi nawaambia, Msishindane na mtu mwovu; lakini mtu akupigaye shavu la kuume, mgeuzie na la pili. (40) Na mtu atakaye kukushitaki na kuitwaa kanzu yako, mwachie na joho pia.

Kutokana na mistari hii ni rahisi kuwaza kwamba Bwana anatuambia tusifanye cho chote mtu anapotutenda uovu. Hii inaonekana kupingana kabisa na kile ambacho Yesu anatueleza katika Mathayo 18 mahali ambapo Yesu anatuelekeza nini cha kufanya ndugu yetu anapotukosea. Kuna tofauti kubwa sana kati ya mafundisho ya Yesu katika Mathayo 5 na Mathayo 18. Katika

Mathayo 5:38-40 Yesu anazungumza juu ya mwitikio wetu kwa "mtu mwovu" aliyetutenda dhambi (mst. 39). Mtu huyu hamjui Mungu wala hatii neno la Mungu. Mathayo 18 ni tofauti kabisa. Mahali hapa Yesu anazunguma juu ya "ndugu" aliyetutenda dhambi. Hii inatuonesha kwamba mwitikio wetu kama ndugu ametukosea ni lazima uwe tofauti na ule wa mtu mwovu akitukosea. Yesu anatuambia katika Mathayo 5:39 kwamba tusishindane na "mtu mwovu." Ingawa, katika Mathayo 18:15 tunapaswa kumwendea ndugu "na kumwonya." Kuna matarajio makubwa kwa muumini. Ilihali kutakuwa na tofauti na wale wasioamini, Mungu anatutarajia sisi kufanya kila tuwezacho kutatua tofauti zetu ndani ya mwili wa Kristo.

Wazo tunalotaka kuliweka wazi hapa ni kwamba wazo lile la pili linaenda kinyume na mafundisho ya Yesu Kristo katika Mathayo 18:15. Bwana anatufundisha kwamba ndugu akitukosea tunapaswa kwenda na kumwonya. Neno "nenda" hapa siyo tendo la hiari. Hii ni amri ya moja kwa moja kutoka kwa Yesu mwenyewe. Na ndugu yako akikukosea enenda kwake ukamwonye. Tusipokwenda hatutii amri ya wazi ya Mungu. Kumwendea ndugu aliyetukosea si jambo rahisi. Kuna sababu nyingi juu ya hili.

Kwanza, kama Wakristo tunahisi kugeuza shavu la pili (Mathayo 5:38-40). Wakati mwingine tunahisi kuwa ni wajibu wetu wa kiroho kubeba lawama na machungu tunayotupiwa. Je! Hiki sicho ndicho kile Yesu alikifanya kwa ajili yetu? Isaya 53 inamweleza Bwana Yesu ni kama kondoo apelekwaye machinjoni:

> Isaya 53:7 Alionewa, lakini alinyenyekea, Wala hakufunua kinywa chake; Kama mwana-kondoo apelekwaye machinjoni, Na kama vile kondoo anyamazavyo Mbele yao wakatao manyoya yake; Naam, hakufunua kinywa chake.

Yesu hakuwazuia wale waliomwua. Alipoulizwa, alinyamaza kimya mbele ya washitaki wake. Aliwaruhusu kumdhihaki na kumgongomea misumari pale msalabani. Kama waumini, wakati mwingine tunahisi kwamba jambo la kiroho ni kuiga mfano wa Yesu na kukaa kimya.

Msisitizo wa kifungu hiki, si juu ya mtu aliyekosewa bali ni juu ya ndugu aliyekosea. Wakati wa kumwendea ndugu yangu ninamwendea siyo kwa sababu amenikosea bali kwa sababu ameanguka dhambini. Lengo langu ni kumnyanyua aweze kusimama tena na kupata ushirika ndani ya mwili wa Kristo. Nikiipuuza dhambi ambayo ndugu yangu amenitendea, ninamwathiri ndugu yangu kwa kumruhusu aendelee kutenda dhambi. "Tunakwenda" kwa ajili ya maslahi ya ndugu yetu na siyo kujikinga sisi wenyewe.

Sababu ya pili inayotufanya tushindwe kumwendea ndugu yetu ni hofu ya mwitikio wake. Kwa kifupi ni kwamba hatufahamu kile ambacho ndugu yetu atasema baada ya kumweleza juu ya dhambi yake. Je! Atakasirika? Je! Atatugombeza? Kwa kifupi hatuna namna ya kufahamu mwitikio wa ndugu yetu utakuwaje. Ingawa, amri ya kwenda inabaki palepale. Ndugu yetu ameanguka dhambini, hivyo awe anataka au hataki msaada, anahitaji kuonywa. Watakatifu wengi kabla yetu wamehatarisha maisha yao kwa kusema ukweli wa Mungu juu ya watenda dhambi. Mchungaji ambaye kondoo wake amepotea kutoka zizini anatambua fika kwamba atatumia nguvu nyingi na kuna hatari nyingi atakazo kumbana nazo wakati wa kumtafuta kondoo huyo hadi kumrejesha zizini. Yesu alitoa maisha yake pale msalabani kwa ajili yetu. Je! Sisi tuko tayari kufanya nini kwa ajili ya ndugu yetu? Je! Tumhatarishe kwa kuogopa kumfadhaisha? Je! Tumhatarishe kwa kuogopa hasira yake? Je! Uko tayari kulipa gharama gani ili kumwona ndugu yako anarejeshwa? Kama kweli tunampenda ndugu yetu, hatutafurahi kumwona akishindwa na dhambi.

Tatu, wakati mwingine hushindwa kumwendea ndugu yetu kwa sababu ya kukosa ujasiri. Hii ni kweli kabisa hasa ndugu huyu kama ni mkubwa kiumri na mkomavu kiimani. Hatuhisi kama tunahaki ya kumwendea kwa sababu ya uzoefu wake katika mambo ya kiroho. Wakati mwingine hofu hii hutuijia tu kwa sababu hatuna hakika na shutuma za ndugu yetu. Yawezekana tumeupotosha ukweli. Ni rahisi kumshakia ndugu yetu kuliko kumwendea. Lakini inatupasa kutambua kwamba dhambi ni tatizo la mtu ye yote, mkomavu kiroho au aliye mchanga kiroho. Wote, mkubwa na mdogo wanaweza kuanguka. Mara kwa mara nimetiwa changamoto na watoto wangu katika safari yangu ya maisha ya kiroho. Ingawa hawana uzoefu maishani kama nilionao mimi, lakini wanaweza kunifundisha. Uwe mnyenyekevu, lakini usiruhusu kukosa kwako ujasiri kukakusababisha kutotii.

Kuna kitu kimoja zaidi tunachopaswa kukifahamu juu ya neno "nenda." Mtu anayepaswa kwenda ni yule aliyekosewa au kutendewa ubaya. Nilitoa mfano katika dibaji ya kitabu hiki mahali ambapo mwanamke aliniita kama mchungaji ili nishughulikie tatizo lililokuwa kati yake na dada yake katika Kristo. Yesu anaweka wazi kwamba mtu yule aliyekosewa ndiye anapaswa kwenda. Shida kama hii ingeweza kutokea kwa mtu mwingine tu lakini haikutokea. Mungu ameona vyema hili litokee kwako wewe binafsi. Yeye anakuita uchukue hatua ya kufanya kitu fulani. Kwa ukweli kwamba limetokea kwako, unapaswa kwenda. Hakuna mwingine atakayefanya. Mungu amekunyoshea kidole wewe na kukupa amri ya "nenda ukamwonye." Kumtuma mtu mwingine ni kutotii amri ya Kristo.

Gundua sababu zinazotufanya tumwendee ndugu yetu. Yesu anatueleza tunapaswa kwenda kumwonya. Naomba nipigie mstari ukweli huu kwamba Yesu hajatuambia kwenda kulinda ukuu wetu na heshima yetu. Sababu inayotufanya twende ni kumsaidia ndugu yetu aitambue dhambi yake ili atubu na kurejea kwa Bwana.

Kuna njia nyingi za kumwonyesha ndugu yetu dhambi yake. Njia zote hizi si za kitauwa. Kwa mfano, tunaweza kwenda kwa ndugu yetu tukiwa na nia ya kujihesabia haki zaidi yake. Hii ilikuwa nia ya Farisayo katika Luka 18. Sikiliza sala yake:

> Luka 18:10-14 (10) Watu wawili walipanda hekaluni kwenda kusali, mmoja Farisayo, wa pili mtoza ushuru. (11)

Yule Farisayo akasimama akiomba hivi moyoni mwake; Ee Mungu, nakushukuru kwa kuwa mimi si kama watu wengine, wanyang'anyi, wadhalimu, wazinzi, wala kama huyu mtoza ushuru. (12) Mimi nafunga mara mbili kwa juma; hutoa zaka katika mapato yangu yote. (13) Lakini yule mtoza ushuru alisimama mbali, wala hakuthubutu hata kuinua macho yake mbinguni, bali alijipiga-piga kifua akisema, Ee Mungu, uniwie radhi mimi mwenye dhambi. (14) Nawaambia, huyu alishuka kwenda nyumbani kwake amehesabiwa haki kuliko yule; kwa maana kila ajikwezaye atadhiliwa, naye ajidhiliye atakwezwa.

Sala ya yule Farisayo imejaa kiburi. Alijilinganisha na yule mtoza ushuru huku akiomba hekaluni. Alijiona kuwa yeye ni bora kuliko wengine na kutaka kila mtu afahamu hivyo. Yesu anamlaumu kwa majivuno yake. Mathayo 18:15 inapaswa ieleweke kwa kutumia mfano huu. Tunapomwendea ndugu yetu ili kumwonesha dhambi yake, tusiende na nia ya kujihesabia haki sisi wenyewe. Hii ni nia ya mtu anayejidhania kuwa yeye ni wa kiroho zaidi ya ndugu yake. Mtu mwenye kujihesabia haki mwenyewe hupenda kujilinganisha na watu wengine ili ajione kuwa yeye ni bora zaidi ya wengine.

Pia tunaweza kwenda kwa ndugu yetu tukiwa tumejaa hasira ndani ya mioyo yetu tukitaka malipo juu ya kosa alilolitenda. Nia ya mtu huyu ni kujichukulia sheria mkononi. Anataka ndugu yake alipe kwa kosa alilolitenda. Anataka apate ufahamu wa kwamba haki imetendeka. Ni muhimu sana kufahamu kwamba ilihali haki ni wazo muhimu sana ndani ya Maandiko, mafundisho ya Yesu mahali hapa ni kumrejesha ndugu yako aliyekukosea au kuanguka dhambini. Ukimwendea ndugu yako ukiwa na nia ya kwamba akulipe kwa kosa alilolifanya, huendi kwa sababu ambayo Yesu ameifundisha katika kifungu hiki.

Tunawezaje kumwonesha ndugu yetu kosa lake? Wafilipi 2:3 inaashiria kwamba hatupaswi kwenda tukiwa na hali ya mashindano na majivuno bali kila mtu amhesabu mwenziwe kuwa bora kuliko nafsi yake (kitu ambacho ni si rahisi hasa ndugu yetu anapokuwa ametutenda dhambi.

Wafilipi 2:3 (3) Msitende neno lo lote kwa kushindana wala kwa majivuno; bali kwa unyenyekevu, kila mtu na amhesabu mwenziwe kuwa bora kuliko nafsi yake.

Akizungumza na vijana wa enzi yake, Petro anawapa changamoto kuwa watii na wanyenyekevu:

1 Petro 5:5 Vivyo hivyo ninyi vijana watiini wazee. Naam, ninyi nyote jifungeni unyenyekevu, mpate kuhudumiana; kwa sababu Mungu huwapinga wenye kiburi, lakini huwapa wanyenyekevu neema.

Katika Warumi 13:8 Paulo anawaandikia wasomaji wake kuwa wasiwiwe kitu cho chote maishani, isipokuwa kupendana:

Warumi 13:8 (8) Msiwiwe na mtu kitu cho chote, isipokuwa kupendana; kwa maana ampendaye mwenzake ameitimiza sheria.

Kama tunataka kumwonyesha ndugu yetu kosa lake tusimwendee kwa kujihesabia haki wenyewe au kuwa na hasira. Tunapaswa kutupilia mbali nia ya kulipiza kisasi. Badala yake tumwendee ndugu yetu kwa moyo wa unyenyekevu na upendo tukimhesabu kuwa yeye ni bora kuliko nafsi zetu. Unyenyekevu huheshimu na kumheshimu ndugu yetu hata kama ametenda dhambi. Nia ya upendo ni kurejesha na sio kutaka kulipiza kisasi au kujiona kuwa bora kuliko wengine. Kama utagundua kwamba huwezi kwenda na nia hii ya kibiblia, unyenyekevu na upendo, mwombe Mungu akusamehe na akupe nia hii.

Naona ni vyema kueleza hapa kwamba upendo tunaouonyesha kwa ndugu yetu ili kujaribu kumwonyesha kosa lake hauelekei kwa yule ndugu peke yake bali pia kwa kanisa zima. Kama ndugu huyu ataendelea kutenda dhambi, dhambi yake itaathiri umoja wa mwili wa Kristo. Tunamsaidia ndugu yetu kutambua dhambi yake tukiwa na haja ya kuulinda mwili wa Kristo dhidi ya maumivu aliyoyasababisha.

Mambo ya Kutafakari:

- Nini mwitikio wako wa asili mtu anapokukosea?
- Kwa nini ni muhimu kumwendea kaka au dada yetu aliyetukosea?
- Ni kitu gani kinachotuzuia tusiende kwa ndugu yetu aliyetukosea?
- Je! Kuna tofauti yo yote ya mwitikio kwa ndugu asiyeamini au kwa ndugu aliyeamini wanapotukosea? Kwa nini?
- Kuna tofauti gani kati ya kugeuza shavu la pili na kumwonya ndugu yetu?
- Tumwonyeje ndugu yetu? Nia gani mbaya ambazo tunapaswa kuziacha? Ni nia gani tunazopaswa kuwa nazo tunapomwendea ndugu yetu aliyetukosea?
- Tufanye nini tukigundua kwamba hatuwezi kumwendea ndugu yetu na nia ya unyenyekevu na upendo?

Mambo ya Kuombea

- Mwombe Mungu akupe moyo wa unyenyekevu na upendo kwa watu waliokukosea. Mwombe Mungu akusamehe kwa nyakati ambazo umeshindwa.
- Je! Umekuwa ukiishi na nia mbaya juu ya ndugu yako aliyekukosea? Mwombe Bwana akupe neema uende kwa ndugu huyo ili mkayasawazishe mambo.
- Mwombe Mungu akuondolee nia ya hasira na kujihesabia haki mwenyewe juu ya ndugu katika Kristo aliyekukosea.

3
Mkiwa Wawili Peke Yenu

"Mkiwa Wawili Peke Yenu." (Mathayo 18:15)

Kuna habari ya muhimu sana juu ya Daudi na watu wake wa vita katika 1 Samweli 25. Walikuwa wakikimbia nyikani wakijaribu kujificha ili mfalme Sauli asiwaone. Wakafika eneo liitwalo Karmeli ambako kulikuwa na mtu mmoja tajiri aliyeitwa Nabali. Daudi akawatuma vijana wake kwenda na kuomba msaada wa chakula na mahitaji mengine. Mwitikio wa Nabali ulikuwa ni maneno ya kijeli na kukataa kuwapa msaada wo wote. Wale watu waliporudi na jibu la Nabali, Daudi alikasirika sana na kuamua kuishambulia nyumba na mali za Nabali akisema:

> 1 Samweli 25:22 (22) Mungu naye awafanyie hivyo adui za Daudi, na kuzidi, nikimwachia katika wote walio wake hata mtoto mume mmoja, kutakapopambazuka asubuhi.

Daudi aliumizwa na kuamua kujichukulia sheria mkononi. Aliwakusanya watu wake akiwa na nia ya kuwaangamiza wanaume wote wa nyumba ya Nabali. Uamuzi wa Daudi ulizidi kipimo. Kama tumeudhiwa, uwaeleze watu wengine juu ya kile kilichotokea. Wakati mwingine tunataka kujiengua upande wetu. Wakati mwingine hutafuta watu wa kutetea upande wetu. Mwisho, kama Daudi, tumekusanya jeshi kubwa la watu upande wetu ambao wako tayari kupambana na ndugu yetu.

Yesu anaweka wazi katika Mathayo 18:15 kwamba tunapoongea na ndugu yetu aliyetukosea tuwe peke yetu. Kuna sababu nyingi juu ya ukweli huu:

Kwanza, tunapolishughulikia tatizo sisi wenyewe tunalizuia tatizo lisiwe kubwa kuliko lilivyo kwa wakati huo. Hebu tafakari kidogo pale habari inapoanza kuenea. Kadri watu wengi wanavyoisikia habari hiyo, ndivyo kadri wanavyoikuza na kuleta kutofahamu kwingi. Habari zinatabia ya kukua kadri zinavyopelekwa kutoka kwa mtu mmoja hadi mwingine. Nikilitunza jambo kati yangu na ndugu yangu, nasaidia lisikue kuliko lilivyo kwa sasa.

Pili, kwa kushughulika na tatizo peke yake, ninaweza kutunza heshima ya ndugu yangu. Tunawajibu wa kuheshimiana wote katika mwili wa Kristo. Ndugu aliyenikosea naye ni mtu wa kawaida tu. Ingawa amenikosea ninapaswa kumheshimu kama ndugu katika Kristo. Kwa kuamrisha kwamba nimwonye ndugu yangu nikiwa peke yangu, Yesu anamkinga ndugu yangu na madhara ambayo yanaweza kujitokeza.

Kama jambo tukilimaliza sisi wawili halipaswi kwenda zaidi ya pale. Ndugu yangu amerejea na heshima yake imetunzwa.

Tatu, kule kwenda peke yangu na kulitunza tatizo kuwa ni letu wawili, ninalilinda kanisa. Shetani hapendi kitu kingine mbali na kuwapa watu habari za kusema. Masengenyo na masingizio ni mambo ambayo yamekuwa ya kawaida kwa kanisa la leo. Tunaposema uovu juu ya ndugu yetu, tunahatarisha umoja wa kanisa. Makanisa mengi yametengana kwa sababu baadhi ya watu wamesimamia upande wao. Shetani hatapenda kitu kingine kile mbali na kuchukua habari mbaya juu ya ndugu yetu ili kuligawa na kuliangamiza kanisa. Kwa kuitunza habari hii kati yangu na ndugu yangu ninawajibika upande wangu ili kuzuia hali hii isitokee.

Tafakari jinsi Yesu alivyoshughulika na watu wenye dhambi wakati akiwa hapa duniani. Katika Yohana 8 Mafarisayo walimletea Yesu mwanamke alikamatwa katika uzinzi akiwa anafundisha hekaluni.

Walimsukuma mbele na kuwatangazia wote kwamba amekamatwa katika uzinzi. Yesu akashughulika na wale waliomleta kwa kusema kwamba asiyekuwa na dhambi na awe wa kwamza kumtupia jiwe mwanamke huyu. Baada ya wote kuondoka na Yesu kubaki peke yake na yule mwanamke aliongea binafsi, akamwambia aache maisha yake ya uzinzi na kumwacha aende.

Alishughulika na yule mama Msamaria katika Yohana 4 kwa njia sawa na ile. Wakati wanafunzi wote wamekwenda kununua mahitaji, Yesu alisema naye peke yake. Alimkumbusha yule mwanamke kwamba alikuwa na wanaume watano na yule aliye naye kwa sasa si mume wake. Alimpa changamoto ya kuyatathimini maisha yake, lakini alifanye kwa siri.

Luka 19 inatueleza kuwa Yesu anakutana na mtoza ushuru aliyeitwa Zakayo. Watoza ushuru walikuwa wanahesabiwa ni waharifu kwa nyakati zile. Walikuwa wakijipatia fedha kwa njia zisizo halali hivyo walijulikana kuwa ni wezi. Wakati Yesu alipokutana na Zakayo katika Luka 19, alimkaribisha yeye nyumbani kwake. Yesu akiwa peke yake na Zakayo, alizungumza naye juu ya dhambi zake na kumpa changamoto ya kuziacha. Zakayo aliipokea changamoto na kukubali kuzirudisha zile fedha. Yesu alikuwa na uwezo wa kumwambia Zakayo hadharani, lakini hakufanya hivyo. Alichagua kuzungumza naye kwa siri.

Ni kweli kwamba kuna wakati ambapo Yesu alisema hadharani kwa makundi ya watu. Alisema maneno makali dhidi ya Mafarisayo. Alipindua meza za wavunja fedha hekaluni. Katika mazingira haya Yesu anashughulika na tatizo lililoathiri jamii nzima. Alizungumza juu ya mafundisho ya uongo kutoka kwa Mafarisayo au ulimbikizaji mali na kukosa adabu kwa wavunja fedha. Kuna nyakati za kusema juu ya dhambi na uovu katika jamii yetu. Tunapaswa kushughulika na mafundisho na matendo ya uongo yaliyojitokeza kwa wingi katika kizazi hiki. Mathayo 18 inatutahadharisha tuwe waangalifu juu ya kile tunachokisema hadharani juu ya ndugu yetu.

Kama tunataka kutii kile ambacho Yesu anatufundisha katika Mathayo 18:15, tunapaswa kuwa na tahadhari pindi tukizungumza na ndugu yetu. Labda ulikuwa katika kipindi cha maombi na mtu fulani akakushirikisha habari ambazo si rasmi juu ya mtu fulani aliyemkosea. Makusanyiko ya maombi yanaweza kuwa vituo vya masengenyo. Tunatangaza hadharani habari ambazo zinaweza kuleta madhara na kumpunguzia heshima ndugu yetu. Yote haya hufanyika chini ya mwanvuli wa kiroho.

Yawezekana tukahitaji ushauri kutoka kwa muumini aliyekomaa kiroho juu ya jambo ambalo ndugu ametukosea, lakini tunapaswa kuwa makini sana na kile tunachokisema. Katika hatua hii ya mwanzo, jambo linapaswa kuwa kati yetu wawili.

Kuzifuata hatua hizi sio kusema kwamba kila mara utafaulu. Ona Yesu anachokisema, "akikusikia, umempata nduguyo" (Mathayo 18:15) Neno "akikusikia" inaweka wazi si kila ndugu atakusikia. Kusikia inaashiria ufahamu, kuupokea ukweli na kubadilisha njia yake. Siyo kila ndugu atabadili njia zake na kugeuka kuiacha dhambi yake tunaposema naye. Baadhi yao watafanya migumu mioyo yao na kutupinga. Lakini kama atasikia tumempata. Kumpata ndugu yetu kunaashiria mambo mengi.

Kwanza, "umempata nduguyo" inaashiria kurejesha uhusiano na Mungu. Dhambi yake ni kikwazo cha ushirika na Mungu wake. Huwa ni kizuizi cha mawasiliano na ushirika naye. Tukimwendea ndugu naye akaoitikia vizuri, ushirika wake na Mungu unarejea.

Pili, ndugu yangu akiitikia vuzuri, uhusiano wake na wangu unarejea. Hii ni kweli kabisa kama tutatii mafundisho ya Yesu kwamba ni muhimu kulitunza jambo hilo kati yenu wawili. Hakuna kitu kingine kinachoweza kuharibu uhusiani na ndugu yangu zaidi ya kusema uovu wake kwa kila muumini kanisani. Kama ndugu yangu ataona kwamba nimetunzia heshimu yake katika jambo hili, atajua kwamba nia yangu ilikuwa ni ya kweli. Ninampata kwa maana kwamba nimeupata moyo wake na kurejesha ushirika kati yetu.

Mwisho, ninampata ndugu yangu kwa maana kwamba nimemwepusha na hali ya kuendelea katika dhambi hiyo. Masahihisho yangu yamemwepusha asiendelee na makosa yake na kuliumiza kanisa.

Yesu anaweka wazi katika mstari wa 15 kwamba tunapaswa kumstahi ndugu aliyetukosea. Kama ndugu akitukosea tulishughulikie jambo hili kwa siri. Hatupaswi kuitangaza dhambi yake kwa watu wengine au kujaribu kuunda kundi litakalokuwa kinyume naye. Matatizo mengi hutokea pale tunaposhindwa kushughulikia mambo kwa siri. Watu wengine wakijihusisha matokeo yake yanakuwa ni hatari. Mafundisho ya Yesu hapa yanazuia madhara yasiyokuwa ya lazima kutokea kwa ndugu yetu. Inazuia kanisa lisigawanyike na ni njia ya urejesho kati ya kaka na dada ndani ya Kristo.

Mambo ya Kutafakari:

- Hebu tafakari mwitikio wa Daudi kwa Nabali katika 1 Samweli 25. Je! Inawezekana kwetu kuitika hivyo dhidi ya dhambi ambayo ndugu yetu ametutendea kwa leo?
- Kwa nini ni muhimu kulitunza tatizo kati yako na ndugu yako aliyekukosea tu? Kuna hatari gani zinazoweza kujitokeza kama dhambi yake itatangazwa hadharani?
- Kifungu hiki kinatufundisha nini juu ya neema ya Mungu na kuwajali wale walioanguka dhambini?
- "Kumpata nduguyo" kuna maana gani? Je! Umeshawahi kupata uzoefu huu wa kumpata ndugu yako? Eleza.

Mambo ya Kuombea:

- Mwombe Mungu akusaidia kumheshimu ndugu yako aliyekukosea. Mwombe Mungu akusamehe kwa nyakati zile ambazo ulisema kwa wazi sana juu ya tatizo la nduguyo hadi kumvunjia heshima yake.

- Je! Unamfahamu kaka au dada ambaye amekataa kuonywa? Pata muda wa kuwaombea. Mwombe Mungu awafunulie dhambi yao ili waione.
- Mshukuru Mungu kwamba anawapenda wenye dhambi. Mshukuru Yesu kwa mafundisho ya kifungu hiki maana yanawalinda wale walioangukia kinywani mwa wasengenyaji na wasingiziaji.

4
Mashahidi Mmoja au Wawili

La, kama hasikii, chukua pamoja nawe tena mtu mmoja au wawili, ili kwa vinywa vya mashahidi wawili au watatu kila neno lithibitike. (Mathayo 18:16)

Yesu amefundisha kwa uwazi kwamba kama ndugu akikukosea nenda kwake peke yako na umwonye. Hatutahakikishiwa ushindi juu ya hatua hii. Kaka au dada yetu anaweza kukataa kusikiliza. Kama hali hii itatokea, Yesu ametueleza katika mstari wa 16 ni hatua gani nyingine ya kufuata.

Zingatia maneno haya "La, kama hasikii." Mahali hapa haijaelezwa ni baada ya kuwa tumeongea naye mara ngapi. Kutokana na mstari huu tusije tukategemea kwamba ndugu yetu atatusikia mara ya kwanza tu tukimwendea. Wakati mwingine tunahitaji kuomba, kusubiri hadi muda mwingine muafaka ukifika tunamwendea tena ndugu yetu. Ilihali kila tukio ni la kipekee, kuna wakati utafika tutakapogundua kwamba hatuwezi kuigeuza nia ya ndugu yetu na tunahitaji msaada.

Maneno haya "La, kama hasikii" mara nyingi siyo rahisi kuyaelewa. Ni wakati gani tunatambua kwamba ndugu yetu hatusikii hivyo tunahitaji msaada? Ngoja nipendekeze mambo manne katika mwongozo huu.

Kwanza, unafahamu kwamba ndugu yako hasikii kama atakataa kukupa usikivu. Unaweza kumpigia simu ukimwomba mwonane ili mzungumze, yeye haonekani na anafanya kila anachoweza kuhakikisha kwamba hamkutani. Anaweza kuendelea hivyo bila kujali juhudi zako binafsi.

Pili, ndugu yako hasikii kama anakataa yake unayomwambia au anatoa udhuru tu ili kuthibitisha makosa yake kuwa alikuwa sawa. Anaweza kukutupia lawama wewe au mtu mwingine. Kwa urahisi anaweza kutokukubaliana na wewe juu ya tafsili yako ya jambo hilo au mazingira hayo. Wakati mwingine anaweza kufanya moyo wake mgumu akidai hajali cho chote. Ndugu yako anaweza kusikia yote unayosema lakini akakataa kuyapokea. Ingawa ameyasikia yote uliyoyasema, lakini tendo la kuyakataa, anaonyesha hasikii.

Tatu, ndugu yako hasikii kama haelewi kile unachomweleza. Kuna nyakati ambazo ndugu yetu hana ufahamu wa kutosha juu ya Maandiko na kile anachotakiwa kufanya. Anaweza hata kuwa hatambui kwamba kile alichokifanya ni dhambi na anahitaji maelekezo ya Biblia inafundisha nini juu ya kile alichokitenda. Ukisema naye, anapinga kile unachokisema, siyo kwamba anajaribu kuwa mgumu, bali hafahamu matakwa ya Biblia. Anaweza kusema, "Sielewi kile unachokisema. Sioni kosa lo lote kwa kile ambacho nimefanya?" Yawezekana umeshindwa kuueleza ukweli kiasi cha yeye kuelewa. Ili kutatua tatizo hili, unahitaji kumleta mtu mwingine zaidi anayeweza kumsaidia kuelewa vizuri zaidi matakwa ya Maandiko.

Mwisho, unafahamu kwamba ndugu yako hasikii kama hafanyi juhudi zo zote za kuirekebisha hali iliyopo. Ndugu yako anaweza kukukaribisha ndani mwake na kusikia yote unayosema. Anaweza kukushukuru kwa kumshirikisha jambo hilo na baadaye kukusindikiza kwa uso wa tabasamu. Kwa mshangao, baada ya wiki chache kupita, huoni mabadiliko yo yote katika tabia yake. Mambo yanaendelea kama yalivyokuwa hapo mwanzo. Kutochukua hatua yo yote kunakuonesha kwamba hajasikia.

Ni mpaka tujilidhishe kwamba ndugu yetu hasikii, ndipo tuchukue hatua inayofuata. Kwa hatua hii, tunapaswa kuchukua mtu mmoja au wawili kama shahidi. Tunapaswa kuwa waangalifu ni watu wa namna gani tunaokwenda nao kumwona ndugu yetu. Ilihali mstari wa 16 hauelezi wazi sifa za mashahidi hawa, Maandiko yanatupa mwongozo wa kutusaidia kuwachagua watu hawa.

> 1 Wakorintho 6:4-6 (4) Basi, mkiwa na mahali panapohukumiwa mambo ya maisha haya, mwawaweka kuwa waamuzi hao waliohesabiwa kuwa si kitu; katika kanisa? (5) Nasema hayo nipate kuwatahayarisha. Je! Ndivyo, kwamba kwenu hakuna hata mtu mmoja mwenye hekima, awezaye kukata maneno ya ndugu zake? (6) Bali mwashitakiana, ndugu kwa ndugu, tena mbele yao wasioamini.

Tunapaswa kufanya kila linalowezekana kuhakikisha kuwa mambo yote tunayasawazisha ndani ya kanisa. Wazo la dhambi kwa asiyeamini ni tofauti kabisa na sisi. Hawaongozwi na mafundisho ya neno la Mungu pamoja na Roho wake. Shahidi wetu anapaswa kuwa mtu anayempenda Yesu na neno lake na kuongozwa na Roho wake.

Pili, shahidi wetu anapaswa kuwa mtu asiyemsengenyaji. Sikiliza maneno ya Mithali 20:19:

> (19) Mwenye kitango akisingizia hufunua siri; Basi, usishirikiane naye afunuaye midomo yake sana.

Haiwezi kuwa wazi kuliko hapa. Hatupaswi kumtumia mtu ambaye ni msengenyaji kwa sababu ataifunua siri. Shahidi wetu lazima awe baba au mama tunayemwamini kwamba atayatunza yote na kubaki kuwa ni yetu na ndugu yetu. Kwa kusudi la kutofunua siri, tunapaswa kumwepuka, kwa gharama yo yote ile, mtu msengenyaji.

Tatu, shahidi wetu lazima awe baba au mama mwadilifu. Sheria ya Musa iko wazi sana juu ya jambo hili kwamba shahidi wa uongo au dhalimu anastahili adhabu kali.

> Kumbukumbu la Torati 19:16-19 (16) Shahidi mdhalimu akimwinukia mtu ye yote na kushuhudia juu yake ya upotoe; (17) ndipo watu wale watu washindanao kwa mambo yale na wasimame wote wawili mbele za BWANA, mbele ya makuhani na waamuzi watakaokuwapo siku hizo; (18) nao waamuzi na watafute kwa bidii; na tazama, yule shahidi akiwa shahidi wa uongo, nayeametoa ushahidi wa uongo juu ya nduguye; (19) ndipo mtamfanyia kama alivyodhani kumfanyia nduguye; ndivyo utakavyoondoa uovu katikati yako.

Shahidi unayemleta kwa nduguyo lazima awe anajulikana kuwa ni mkweli na mwaminifu na awe yule ambaye neno lake litaaminiwa na kanisa. Shahidi huyu hatabadilisha wala kupotosha ukweli bali atasema waziwazi kile anachokiona na kuamini kwamba ndio ukweli.

Mwisho, shahidi hapaswi kupendelea. Petro anamweleza Mungu kuwa ni hakimu asiye na upendeleo.

> 1 Petro 1:17 (17) Na ikiwa mnamwita Baba, yeye ahukumuye kila mtu pasipo upendeleo, kwa kadiri ya kazi yake, enendeni kwa hofu katika wakati wenu wa kukaa hapa kama wageni.

Sheria ya Musa inaeleza wazi kuwa watu wa Mungu hawakupaswa kuonesha upendeleo.

> Mambo ya Walawi 19:15 Msitende yasiyo haki katika hukumu, usimpendelee mtu masikini, wala kumstahi mtu mwenye nguvu; bali utamhukumu jirani yako kwa haki.

Mistari hii inatueleza kwamba shahidi tutakayemchukua asiwe na uande wo wote. Yeye amekuja kutathimini shida iliyopo kati yako na ndugu yako na kuwa shahidi wenu ninyi nyote.

Mashahidi ni wa muhimu sana katika kumrejesha ndugu yetu. Unaonekana una majukumu mengi.

Kwanza, ni mashahidi wasio na upendeleo. Hii inamaanisha kwamba wakati wa kutathimini hali halisi ilivyo wanaweza kugundua kwamba kwa sehemu unapaswa kulaumiwa. Wanaweza kugundua kwamba wewe hulufanya uchunguzi wa kutosha kuielewa hali halisi ya jambo au hujamwendea ndugu yako kwa busara inayotakiwa. Wakati mwingine hukumu zetu huwa zimesongamana sana. HIvyo mashahidi hawa hutupa mawazo mengine mapya. Wanaweza kuthibitisha au kutupatia changamoto juu ya mawazo yetu tuliyonayo kwa ndugu yetu. Yawezekana akiona kwamba mawazo haya si yetu tu bali pia na ya shahidi yawezekana akabadili msimamo wake na kugeuka pamoja na kutubu.

Jukumu la pili la shahidi ni kuwa mshauri mwerevu. Wakati mwingine tunahitaji msaada katika kutatua matatizo yetu wenyewe. Tunaweza kuhitaji hekima ya kaka au dada ili kupata suluhu. Shahidi anaweza kusimama kati yetu na ndugu yetu na kusimama kama mpatanishi wetu anayetusaidia kutatua tatizo letu. Yawezekana tumekuwa tukimzuia ndugu yetu kwa kuonesha nia yetu ya ukali na maswali mengi. Yawezekana ndugu yetu ana mambo ambayo yanhitaji kushughulikiwa kwanza kabla ya kutatua tatizo letu. Shahidi, kama mshauri mwerevu, anaweza kuyashughulikia mambo haya na kutusaidia kufikia suluhu.

Pia shahidi anaweza kuwa mwalimu. Mahali pale ambapo ndugu yetu haelewi, shahidi anaweza kumwelekeza kulingana na neno la Mungu. Hii yawezekana isitokee kwa mazungumzo ya mara moja. Yawezekana mshauri huyu ikambidi achuke wiki nyingi tu akimshauri na kumwelekeza ndugu yetu. Lengo ni kumsaidia ndugu aliyeanguka dhambini kumpatia ufahamu wa neno la Mungu ili aweze kutubu.

Kuna kitu kingine zaidi ambacho tunapaswa kukigundua katika mstari huu. Ilihali Yesu anatueleza juu ya kuleta mashahidi wawili au watatu, hajatueleza kama tunapaswa kuwaleta kwa wakati mmoja. Hebu tafakari kwa muda kwamba umemleta shahidi kwa ndugu yako na yeye akakataa kusikia. Ilihali shahidi wa kwanza ameshinda kuleta suluhu, yawezekana akawa na mapendekezo kwa shahidi wa pili. Yawezekana shahidi wa kwanza akagundua kwamba tatizo la ndugu ni kutolijua neno la Mungu vizuri. Hivyo atashauri utafute mtu anayelijua neno ili amwelekeze katika neno. Shahidi wetu wa pili atakuwa na kazi ya kumfuasa ndugu yetu akimpa maelekezo sahihi ya neno la Mungu. Hatua hii inaweza kuchukua wiki au miezi mingi tu huku kukiwa na vipindi vingi vya kukutana na ndugu huyu. Tunapaswa kuwa na uvumilivu kama tunapenda kumrejesha ndugu yetu.

Kwa kuwa hakuna muda maalum uliopangwa katika mstari wa 16, kilichowazi hapa ni kwamba lazima tufike mahali tukubaliane na mshauri wetu juu ya mwitikio wa ndugu yetu. Jambo hili lazima "lisimame" juu ya mashahidi wawili au watatu. Neno "kusimama" linaleta ufahamu wa kwamba kitu fulani kimethibitishwa na ni hakika. Kwa maneno mengine, juhudi zote zimechukuliwa juu ya jambo hili na kupata ukweli kabla ya hatua zaidi haijachukuliwa.

Kifungu hiki kiko wazi kwamba dhambi ya ndugu yetu si kitu cha kuweka hadharani. Ni sisi tu, ndugu yetu, na mashahidi ndio wanaolifahamu jambo hili. Heshima ya ndugu yetu imelindwa na tunaendelea kumhudumia ili kumsaidia kuiondoa hali hiyo mbaya. Hakuna hatua ya kumfungia mtu kanisani kama sehemu ya nidhamu kanisani, maana mpaka sasa viongozi hawajui cho chote. Kila fursa imetolewa kwa ndugu yetu ili kujaribu kuitatua shida iliyopo kabla ya kwenda hatua inayofuata. "Kusema na ndugu yetu" yawezekana ikahitaji muda wetu mwingi zaidi ya dakika mbili. Tukifuatia mafundisho ya Yesu katika Mathayo 18:16 inaweza kuhitaji miezi mingi ya nguvu kazi, kuadabisha na kuomba pamoja na timu ndogo ya mashahidi. Lengo ni kumsaidia ndugu yetu apate ufahamu juu ya dhambi yake ili atubu na kurejea katika ushirika na Bwana na kanisa pasipo kuharibu kwa njia yo yote ile heshima yake. Mashahidi tunaowachagua lazima wakubaliane kufanya kazi nasi ili kumwona ndugu yetu anarejea.

Mambo ya Kutafakari:

- Tunawezaje kutambua kwamba ndugu yetu hatusikii wakati tukizungumza naye juu ya kosa lake?
- Ni sifa zipi za mashahidi tunaowaleta ili kumwona ndugu yetu? Ni jaribu kiasi gani kutaka kupata shahidi atakayesimama upande wetu?
- Majukumu ya shahidi ni yapi? Shahidi anaweza kutusaidiaje ili kupatana na ndugu yetu?
- Tunajifunza nini katika sura hii juu ya juhudi za ziada zinazotakiwa katika harakati za kumrejesha ndugu yetu? Je! Uko tayari kuweka juhudi za ziada ili kuona kaka au dada huyu anarejea.

Mambo ya Kuombea:

- Tumshukuru Mungu kwa kila fursa anayotupatia ili tuweze kutubu dhambi zetu kabla ya kuturudi.
- Je! Umekosewa na ndugu ambaye hataki kusikia? Mwombe Mungu akupe mashahidi wazuri utakaowachukua na kwenda nao kwa nduguyo ili mpatane naye.
- Mwombe Mungu akupe uvumilivu na uaminifu katika mchakato huu wa kumpata nduguyo ili achane na dhambi yake arejee katika ushirika nawe pamoja na mwili wa Kristo.

5
Liambie Kanisa

Na asipowasikiliza wao, liambie kanisa. (Mathayo 18:17)

Katika sura iliyopita tumetathimini kazi na wajibu wa mashahidi katika kushughulikia dhambi aliyoitenda ndugu yetu. Mstari wa 17 unaanza kwa kusema, "Na asipowasikiliza wao." Hii pia inatukumbusha kwamba, kwa asili ya binadamu hakuna kilichokikamilifu. Inawezekana kabisa kwamba hata baada ya kazi ngumu ya mashahidi hawa ndugu zetu wanabaki vilevile hawataki suluhu. Kama hali ndiyo hii, Yesu anatuambia kwamba tunapaswa kuchukua hatua ya juu zaidi ya kuliambia kanisa.

Kanisa ni nini? Kwa urahisi sana, ni watu kote ulimwenguni ambao wameshampokea Yesu kuwa Bwana na Mwokozi wao. Hili linajulikana kama kanisa linaloonekana. Kuwa wazi zaidi, kanisa linaweza kuwa kusanyiko la waumini wanaokutanika pamoja mahali pamoja. Tunaweza kudhani hapa kwamba Yesu anazungumza juu ya kusanyiko ambalo ndugu huyu hushiriki.

Nyakati za mitume kulikuwa na kanisa moja tu kila eneo. Lakini leo eneo moja linaweza kuwa na makanisa mengi tu. Hii inamaanisha kwamba ndugu huyu anaweza kuwa mshiriki wa kanisa tofauti na letu. Utafanya nini kama ndugu hashiriki kanisa moja na wewe? Ni kanisa gani utaliendea juu ya dhambi yake? Kama inawezekana, dhambi ya ndugu huyu ishughulikiwe na kanisa analosali yeye. Hii inamaanisha kwamba wewe pamoja na mashahidi wenu mnapaswa kuutaarifu uongozi husika juu ya hatua ambazo mmekwisha kuzichukua ili kujaribu kumrejesha ndugu huyu.

Tatizo la wakati wetu ni kwamba wakristo wengi hawana makanisa. Tufanye nini kama ndugu yetu hana kanisa. Kunaonekana kuna njia mbili za kufanya. Kama ndugu yako huwa anahudhuria ibada yo yote katika kanisa fulani, (ingawa hajajiorodhesha katika kanisa lile), ni vyema ukaufikia uongozi wa kanisa lile na kuwaomba walishughulikie swala hilo. Kama ndugu yako haendi kwenye kanisa lo lote, ni vyema ukauendea uongozi wa kanisa lako na kuwaomba ushauri. Wao wanaweza kuitathimini hali ya ndugu yako na kuamua kumwendea nduguyo kwa ajili ya kosa lake kwa niaba yako.

Swali jingine la msingi linalojitokeza kutoka katika maneno haya, "kanisa" ni jinsi gani ya "kuliambia" kanisa. Je! Ni kwamba Jumapili moja asubuhi ndugu aliyetendewa kosa asimame kanisani na kutangaza hadharani? Hii inaoneka haikubaliki. Hii itakuwa si sahihi maana kanisa halijapata nafasi ya kuitathimini hali hiyo na halijasikia mashahidi wanasema nini. Njia ambayo inaonekana kuwa ni sahihi ni kuuendea uongozi na kuujulisha juu tatizo hilo. Uongozi unaotenda kazi kwa niaba ya kanisa, unapaswa kupima mashitaka haya na kuamua kuchukua hatua mahususi.

Kwa nini jambo la ndugu wawili lipelekwe kanisani? 1 Wakorintho 6 imetajwa mara nyingi tu katika muktadha wa mafundisho haya. Sikiliza tena kile ambacho Paulo anakisema katika kifungu hiki:

> 1Wakorintho 6:2-4 (2) Au hamjui ya kwamba watakatifu watauhukumu ulimwengu? Na ikiwa ulimwengu utahukumiwa na ninyi, je! Hamstahili kukata shauri zilizo ndogo? (3) Hamjui ya kuwa mtawahukumu malaika, basi si zaidi sana mambo ya maisha haya? (4) Basi, mkiwa na mahali mnapohukumiwa mambo ya maisha haya, mwawaweka kuwa waamuzi hao waliohesabiwa kuwa si kitu; katika kanisa?

Mungu amelipa kanisa wajibu wa kuamua kati ya ndugu na ndugu katika Kristo. Wakati wa mzozo juu ya kutahiriwa au kutokutahiriwa ulipozuka katika Matendo ya Mitume 15, kanisa la pale Antiokia lilimtuma Paulo na Barnaba kwenda Yerusalemu ili kusikia uongozi wa kanisa unasema nini.

Matendo ya Mitume 15:1-2 (1) Wakashuka watu waliotoka Uyahudi wakawafundisha wale ndugu ya kwamba, Msipotahiriwa kama desturi ya Musa hamwezi kuokoka. (2) Basi baada ya Paulo na Barnaba kushindana na watu hawa na kuhojiana nao sana, ndugu wakaamurukwamba Paulo na Barnaba na wengine miongoni mwao wapande kwenda Yerusalemu kwa mitume na wazee kwa habari ya swali hilo.

Kutoka 18:13 inatuambia kwamba Musa, kama wakili wa Mungu, alikaa "asubuhi hadi jioni" akiamua matatizo mbalimbali yaliyojitokeza kati ya ndugu na ndugu kwa kipindi chake. Mungu ametoa mamlaka makubwa kwa viongozi wa kanisa kutenda kwa niaba yake.

Yakobo 5:14-15 (14) Mtu wa kwenu amekuwa hawezi? Na awaite wazee wa kanisa; nao wamwombee, na kumpaka mafuta kwa jina la Bwana. (15) Na kule kuomba kwa imani kutamwokoa mgonjwa yule, na Bwana atamwinua; hata ikiwa amefanya dhambi, atasamehewa.

Yesu alilikumbusha kanisa katika Mathayo 18:18 kwamba kile watakachokifunga kitakuwa kimefungwa mbinguni na kile watakachokifungua kitakuwa kimefunguliwa mbinguni. Kwa maneno mengine, Mungu huuchukua uamuzi wa kanisa bila mzaha.

Mathayo 18:18 (18) Amini, nawaambieni, yo yote mtakayoyafunga duniani yatakuwa yamefungwa mbinguni; na yo yote mtakayoyafungua duniani yatakuwa yamefunguliwa mbinguni.

Kama babu, mara kwa mara, huwa ninampatia fursa mjukuu wangu mdogo kuitumia akili yake. Ili mradi uamuzi huo hauhatarishi maisha yake, nauthamini ushauri wake. Hivi ndivyo ilivyo kwa Mungu. Hulipa kanisa mamlaka ya kufanya maamuzi na kuuthamini uamuzi wao. Kanisa hutenda kwa niaba yake na anatutarajia sisi kutii uamuzi huo ambao uongozi huufanya katika jina lake.

Wakati Yusufu alipofanywa mkuu katika nchi ya Misri, Farao alivua pete yake na kuitia kidoleni mwa Yusufu. Kwa kufanya hivi, Farao alikuwa akimaanisha kwamba anamwamini Yusufu pamoja na uamuzi wake. Farao hakuvua madaraka yake ya kuwa mkuu katika nchi hiyo, bali alimpa Yusufu madaraka ya kuamua kwa niaba yake. Ilihali Yusufu aliwajibika kwa Farao, maamuzi yake yaliheshimiwa kama yametoka kwa Farao mwenyewe. Hii ni aina ya mamlaka ambayo Mungu amelipatika kanisa. Sisi ni mawakili wa Mungu, tunawajibika kwa Mungu, bali tukitenda kwa niaba yake hapa duniani. Yesu ilifikia mahali akasema tukiomba neno lo lote kwa jina lake atalitenda:

> Yohana 14:13-14 (13) Nanyi mkiomba lo lote kwa jina langu, hilo nitalifanya., ili Baba atukuzwe ndani ya Mwana. (14) Mkiniomba neno lo lote kwa jina langu, nitalifanya.

Tunapomleta ndugu yetu pamoja na shida yake, tunamleta mbele ya mahakama ya juu kabisa hapa duniani. Kanisa, kama wakili wa Mungu, linaweza kufanya maamuzi na hukumu ambayo Mungu ataiheshimu. Kazi ya kanisa ni nini, hasa uongozi wa kanisa, katika shida na ndugu yetu? Ngoja nitoe pointi nyingi hapa.

Kwanza, katika kitabu cha Waamuzi 17:6 tunasoma:

> (6) Siku hizo hapakuwa na mfalme katika Israeli; kila mtu alifanya hayo aliyoyaona kuwa ni mema machoni pake mwenyewe.

Tunaweza kukisia matatizo yanayoweza kujitokeza kama kila mtu atafanya lile linalompendeza machoni pake. Kazi ya uongozi wa kanisa ni kutenda kama mamlaka ya Mungu kwa maslahi ya kanisa. Hii inazuia migongano na vurugu.

Pili, uongozi wa kanisa unapaswa kuupima mgogoro huu na ndugu yetu na kuzingatia kile kilichotangulia kama juhudi ya kutatua tatizo. Hii itajumuisha yote, kutusikiliza sisi pamoja na mashahidi wetu.

Tatu, uongozi ukitenda kazi kwa niaba ya kanisa, utatakiwa umskilize ndugu yetu akijitetea. Hii inawapa nafasi ya kusikia upande wake na kutumia mamlaka waliyopewa kusema naye juu ya jambo hilo.

Mwisho, uongozi, baada ya uchunguzi makini juu ya jambo hilo, unapaswa kuhukumu sawasawa na kosa lenyewe. Kama tulivyokwisha kusema, Mungu atamwajibisha ndugu yetu kama hatatii.

Ni muhimu kugundua kwamba hakuna hukumu yo yote iliyotolewa hadi jambo hili limefika kwenye uongozi wa kanisa. Ni uongozi wa kanisa ndio unaotoa hukumu ya mwisho. Hii inaondoa haki ya kuhukumu kama mtu binafsi na kuiweka mikononi mwa kanisa ambalo ni wakili wa Mungu. Hata katika hatua hii ya mwisho, nafasi bado hutolewa kwa ndugu kutubu na kuiacha dhambi yake. Lengo la kumleta ndugu yetu kanisani sio kumhukumu bali ni kumrejesha. Hatua nyingine zaidi itachukuliwa pale anapozikataa hatua za kinidhamu ambazo zimechukuliwa na kanisa.

Mambo ya Kuombea:

- Ni kwa namna gani na wakati gani kanisa lijulishe juu ya kosa la ndugu yetu?

- Kanisa lina mamlaka gani ya kuwa mwamuzi katika shida tuliyonayo kati yetu na ndugu Kwa nini muhimu kwamba tunatii maamuzi ya kanisa?
- Uongozi una jukumu gani katika kusaidia kupatana na ndugu yetu?

Mambo ya Kuombea:

- Tumshukuru Mungu kutupa mamlaka yanayoweza kuwa mwamuzi kati yetu na ndugu yetu.
- Mwombe Mungu akusamehe pale ambapo hukutii mamlaka ya kanisa kama wakili wake.
- Pata muda wa kuwaombea viongozi wa kanisa lako. Mwombe Mungu awape hekima katika maamuzi yao.

6
Kama Akidataa Kulisikiliza Kanisa

Na asipolisikiliza kanisa pia. (Mathayo 18:17)

Katika sura ambayo imepita tumeona wajibu wa kanisa katika kushughulika na ndugu mwenye matatizo. Mpaka hapa ndugu yetu amepata fursa nyingi za kuweza kumsaidia kufikiri juu ya dhambi yake na kutubu. Tumesema naye binafsi tena kwa siri. Tuliposhindwa tulileta mashahidi wawili waliotoa muda wao kuzungumza naye, kumfundisha na kumtahadharisha. Wamekiri kujali kwetu na ndugu yetu alipokataa kuwasikia, uamuzi ulifikiwa wa kumpeleka kanisani. Viongozi wa kanisa wametathimini na kuongea naye. Gundua kwamba bado kuna uwezekano kwamba pamoja na juhudi zote hizi, ndugu yetu bado anakataa kusikia.

Umekuwa uzoefu wangu kuwa, kwa kipindi hiki katika mchakato huu, kaka huyu au dada huyu anayehusika huwa amekata tamaa juu ya kanisa au ameacha kabisa. Kuna sababu nyingi zinazomfanya aamue hivyo. Ngoja nieleze chache ya hizo sababu.

Kwanza, ndugu huyu anaweza kuliacha kanisa kwa sababu ya ugumu wa moyo. Kwa maneno mengine, hataki tu kukiri dhambi yake na kukubali kwamba yeye anakosa. Ugumu humu wa moyo unaweza kuwa ni matokeo ya kiburi maishani mwake. Anakataa ushauri wa kanisa kwa sababu bado anaipenda dhambi yake na anataka aendelee nayo. Akigundua kwamba matendo yake hayakubaliki anajisikia kukata shauri. Aidha anatubu na kurejea au anaendelea na dhambi yake na kuliacha kanisa. Anaamua kuondoka.

Ndugu yetu anaweza kuliacha kanisa kwa kuhisi kwamba amesalitiwa. Yawezekana ndugu huyu tumekua naye na tumejenga mahusiano makubwa ya kirafiki kwa miaka mingi hapo kanisani. Wakati wa kukabiliwa kwa sababu ya dhambi yake, anahisi kwamba rafiki zake pamoja na familia yake ya kiroho wameamua kuwa kinyume naye. Hali hii huchangiwa na jinsi gani jambo lenyewe limeshughulikiwa. Wakati mwingine wale waliokuwa wakishughulika na huyu ndugu hawajaonyesha upendo na kumkubali. Wameshindwa kuitofautisha dhambi na ndugu huyu aliyeitenda ile dhambi. Yawezekana wamesema maneno makali au vitu ambavyo vimemfanya ahisi kwamba rafiki zake sasa wamekuwa ni maadui. Anahisi hana uchaguzi mwingine mbali na kuliacha kanisa.

Sababu nyingine inayoweza kumfanya ndugu aliache kanisa ni kule kuona haya. Anaweza kuhisi kwamba dhambi yake sasa iko wazi na kila mtu anafahamu. Hata akiingia kanisani mawazo yake yanakuwa ni nini watu wanawaza juu yake. Anakuwa katika hali ya kutokutulia na kuona haya kwamba watu wanaijua dhambi yake hivyo anaamua kuacha kuja kanisani ama kujitenga na kanisa moja kwa moja.

Watu wengine huona kwamba haya ni sehemu ya mchakato wa nidhamu. Wanadhani kwamba kuiweka hadharani aibu ya mtu ni muhimu kwa ajili ya urejesho. Watu hawa hawatofauti kati ya kuona haya hadharani na mguso wa Roho Mtakatifu. Mguso wa Roho Mtakatifu hautegemei kuleta haya wala kutia aibu. Unatarajiwa kuleta uthibitisho wa dhambi na urejesho. Kuleta haya hadharani ni kuongeza maumivu na kuzuia uponyaji. Kwa mara nyingine tunasisitiza kwamba ni muhimu sana kumlinda ndugu yetu na kutofanya cho chote kinachoweza kumletea aibu na kuona haya. Lengo letu ni kuleta uponyaji na urejesho.

Sababu ya nne ya kumfanya ndugu huyu aliache kanisa katika mchakato huu ni kwa sababu zile anazozidhani kwamba haziwezi kupatanishwa. Kwa maneno mengine, anaweza asikubaliane na kanisa kwa ufafanuzi wake wa dhambi ni nini. Hebu fikiri, ndugu yetu anakwenda kwenye kanisa ambalo linaamini kwamba kwenda kwenye ukumbi wa sinema ni dhambi. Labda "dhambi" inayoshughulikiwa ni wazo la mjadala miongoni mwa waumini. Inawezekana kwamba ndugu yetu akatofautiana na ufafanuzi wa kanisa juu ya dhambi na hajisikii vizuri juu ya uamuzi wa kanisa. Tofauti inaweza kuwa kubwa kiasi kwamba hatuwezi kufanya kazi pamoja. Badala yake anachagua kanisa ambalo litaendana sawa na hisia zake.

Mwisho, ndugu anaweza kuliacha kanisa wakati huu wa mchakato kwa kuhisi kwamba hana imani nalo tena. Hii ni kweli kabisa kwa wale ambao wamekuwa katika ngazi za uongozi. Kupotea huku kwa imani kunaweza kuwa ni kukubwa mno kiasi kwamba hawezi kutumika kanisani tena. Kila anaposimama kufundisha au kuzungumza, watu wanamwona katika mtazamo tofauti kabisa. Wanamwona ni kuwa ni mtu aliyedhambini. Hawamwamini tena. Wakati mwingine watu hawako tayari kuyasahau yaliyopita. Wakati mwingine wanashindwa kuamini kwamba Mungu anauwezo wa kumtumia mtu aliyeanguka. Ni ngumu sana kuwatumikia watu wasio na imani na wewe. Hapo ndipo ndugu anaweza kutafuta kanisa ambalo anaweza kutumika au mahali pale ambapo watu hawatamwona kama "mtu mwovu."

Gundua katika mstari wa 17 kwamba Yesu anasema, "na asipolisikia kanisa pia." Neno "na" ni la muhimu sana. Ni kitu kingine kabisa kutomsikia ndugu na mashahidi anaowaleta, lakini ni kitu tofauti zaidi kutolisikia kanisa. Mungu amelipa mamlaka ya kuamua mambo kama haya. Biblia inatufundisha kutii na kuusikiliza uongozi aliouweka:

> Waebrania 13:17 (17) Watiini wenye kuwaongoza, na kuwanyenyekea; maana wao wanakesha kwa ajili ya roho zenu, kama watu watakaotoa hesabu, ili kwamba wafanye

hivyo kwa furaha wal si kwa kuugua; maana isingewafaa ninyi.

Baada ya kusema yote haya, tunapaswa kuelewa kwamba kuna wakati ambapo ndugu anaweza kuwa na sababu za msingi kabisa kuhitilafiana na uongozi wa kanisa. Kanisa lilimsihi Paulo asiende Yerusalemu lakini yeye alihisi kuwa analazimika kwenda (Matendo 21:4-6). Alikataa ushauri wa manabii na viongozi wa kanisa ili afanye kile ambacho aliamini yalikuwa ni mapenzi ya Mungu.

Viongozi wa kanisa nao si wakamilifu. Wakati mwingine wanaweza kuamua vibaya au kuzielewa vibaya kesi wanazoletewa. Wakati mwingine, katika mchakato huu wa kumsaidia huyu ndugu, wao huanguka dhambini kwa kusema au kufanya mambo ambayo yatamwumiza ndugu yetu. Ndugu huyu afanye nini kama wale wanaomshtaki wataanguka dhambini wakati wa kuishughulikia kesi yake? Katika mazingira kama hayo, ndugu anapaswa kuwaendea viongozi wanaohusika na kusema nao kwa binafsi juu ya matendo yao na kufuata hatua ambazo tumezieleza katika kifungu hiki tunachokishughulikia ndani ya kitabu hiki.

Ingawa kanisa nalo si kamili, kitu cha muhimu tunachopaswa kukifahamu hapa ni kwamba kanisa limepewa wajibu wa kuamua na kuleta suluhu katikati ya waumini. Hii ni huduma takatifu ambayo uongozi wa kanisa wamepewa na Mungu juu yetu. Kutotii kanisa na uongozi ambao Mungu ameuwekea mikono ni jambo la hatari. Mungu anatutarajia tutakuwa wasikivu na watii wa mashauri watakayotupa na anatuwajibisha kwa matakwa yaliyofikiwa. Hii itamaanisha kuwa ni kujinyenyekesha na kuikabili dhambi yetu.

> Ezekieli 34:1-10 (2) Mwanadamu, toa unabii juu ya wachungaji wa Israeli, toa unabii, uwaambie, naam, hao wachungaji, Bwana MUNGU asema hivi; Ole wao wachungaji wa Israeli, wanaojilisha wenyewe; je! Haiwapasi wachungaji kuwalisha kondoo? (3) Mnawala walionona, mnajivika manyoya, mnawachinja walionona; lakini hamwalishi kondoo. (4) Wagonjwa hamkuwatia nguvu, wala

hamkuwaponya wenye maradhi, wala hamkuwafunga waliovunjika, wala hamkuwarudisha waliofukuzwa, wala hamkuwatafuta waliopotea; bali kwa nguvu na kwa ukali mmewatawala. (5) Nao wakatawanyika, kwa sababu hapakuwa na mchungaji; wakawa chakula cha wanyama-mwitu, wakatawanyika. (6) Kondoo zangu walitanga-tanga katika milima yote, na juu ya kila kilima kirefu; naam, kondoo zangu walitawanyika juu ya uso wote wa dunia; wala hapakuwa na mtu aliyewaulizia, wala kuwatafuta. (7) Basi, enyi wachungaji, lisikieni neno la BWANA; (8) Kama mimi niishivyo, asema Bwana MUNGU, kwa sababu kondoo zangu walikuwa mateka, kondoo zangu wakawa chakula cha wanyama-mwitu wote, kwa sababu hapakuwa na mchungaji, wala wachungaji wangu hawakutafuta kondoo zangu, bali wachungaji walijilisha wenyewe wala hawakuwalisha kondoo zangu; (9) kwa sababu hiyo, enyi wachungaji, lisikieni neno la BWANA; (10) Bwana MUNGU asema hivi; Tazama, mimi ni juu ya wachungaji; nami mitawataka kondoo zangu mikononi mwao, nami nitawaachisha hiyo kazi ya kuwalisha kondoo; nao wachungaji hawatajilisha wenyewe tena; nami nitawaokoa kondoo zangu vinywani mwao, wasiwe tena chakula chao.

Hapa Mungu anawashitaki wachungaji wa watu wake kwa kuwaacha watawanyike. Wachungaji katika sehemu hii, walijijali wao wenyewe. Hawakujishughulisha na matunzo ya watu wake. Walitenda vibaya na kuwaongoza pasipo huruma. Mungu atawahukumu vikali wachungaji hawa kwa jinsi wanavyowatenda watu wake.

Pamoja na mamlaka ambayo Mungu amewapa viongozi wa kanisa yanaambatana na wajibu wa kutisha. Tunapaswa kuwajali kondoo na kufanya kila tunaloweza ili kuleta uponyaji na urejesho. Siyo mpango wa Mungu kumpoteza hata mmoja wa kondoo wake. Atawajibisha viongozi kwa kila kondoo ambaye hakupata malisho. Kanisa linapaswa kuwa mahali salama kwa ajili ya kondoo. Kondoo wanahitaji kujua kwamba wanaweza kumwamini mchungaji ili awatunze. Inawaangukia viongozi kutafuta na kuhakikisha kuwa mazingira hayo salama na bora yanapatikana. Kwa kufanya hivyo itasaidia kondoo kuhisi utulivu na kubaki ndani ya kanisa na kutafuta uponyaji.

Mambo ya Kutafakari:

- Ni sababu zipi huwafanya watu walikimbie kanisa wakati wa mchakato huu wa uponyaji? Nini kifanyike kuzuia hali hii?
- Je! Inawezekana kuhitilafiana kimsingi wa mawazo na ndugu juu ya dhambi? Unaweza kutoa mifano?
- Kwa nini ni muhimu kulisikia kanisa? Ni kitu gani huleta ugumu?
- Uongozi una wajibu gani kwa watu wanaowaongoza? Ni kwa njia gani mchungaji wa kiroho anaweza kushughulika na ndugu aliyeshutumiwa ili abadilike na kuliitikia kanisa?
- Kuna tofauti gani kati ya kumpokea, na kumpenda ndugu na kuipokea hali yake ya uovu?
- Ni muhimu kiasi gani kutofautisha kati ya mambo haya mawili?

Mambo ya Kuombea:

- Je! Kuna kaka au dada anayehangaika na tatizo? Pata muda wa kuwaombea. Mwombe Mungu akuonyeshe jinsi ya kuonyesha kuwa unawakubali na kuwapenda.
- Pata muda wa kumshukuru Mungu kwa ajili ya viongozi aliowaweka juu yako. Mwombe awape neema, hekima na huruma wanaposhughulika na kondoo.
- Mwombe Mungu akupe neema na unyenyekevu wa kutii uongozi aliouweka kanisani kwako.

7
Mtendee Kama Mpagani au Mtoza Ushuru

Na asipolisikia kanisa pia, na awe kwako kama mtu wa mataifa na mtoza ushuru. Mathayo 18:17

Tunapofikia mwisho wa mawazo haya, Yesu aliwaambia wasikilizaji wake kwamba kama ndugu huyu hatalisikia kanisa pia wanapaswa kumwona kama mtu wa mataifa na mtoza ushuru. Tunapoendelea na kutafakari mafundisho haya ya Yesu ni vyema tukiwafahamu hawa watu wa mataifa pamoja na watoza ushuru.

Watu wa mataifa huishi kama hakuna Mungu. Wamemwondoa Mungu maishani mwao wanafanya wanavyotaka na hawahisi wajibu wo wote juu yao. Watoza ushuru hawakuheshimu mali za watu wengine. Walikuwa na wajibu wa kukusanya ushuru na mara nyingi walidanganya ili wajilimbikizie mali mifukoni mwao. Wengi walipata utajiri kupitia migongo ya wale wanyonge. Walionyesha huruma kidogo sana na kutojali wengine. Walichojali ni maisha yao tu.

Ndugu ambaye amekataa mashauri ya kanisa na juhudi zake zote, kwa kweli, anatenda kama mtu wa mataifa na mtoza ushuru. Amepuuza matakwa ya Mungu kama mtu wa mataifa, na kama mtoza ushuru hajaliheshimu kanisa na watu wake.

Hivyo tumtendeje mtu wa mataifa pamoja na mtoza ushuru? Ili kuelewa kile ambacho Yesu anakifundisha hapa ni kutafakari kwanza yeye mwenyewe alivyowatendea. Tunaanza na Mathayo 9 mahali ambapo Yesu anawachagua mitume wake. Akipita karibu na kibanda cha mtoza ushuru katika Mathayo 9:9, Yesu anamchagua mtoza ushuru aitwaye Mathayo. Sikiliza maelezo ya kile kilichotokea siku ile.

> Mathayo 9:9-12 (9) Naye Yesu alipokuwa akipita kutoka huko aliona mtu ameketi forodhani, aitwaye Mathayo, akamwambia, Nifuate. Akaondoka, akamfuata. (10) Ikawa alipoketi nyumbani ale chakula, tazama, watoza ushuru wengi na wenye dhambi walikuja wakaketi pamoja na Yesu na wanafunzi wake. (11) Mafarisayo walipoona, waliwaambia wanafunzi wake, Mbona mwalimu wenu anakula pamoja na watoza ushuru na wenye dhambi? (12) Naye aliposikia, aliwaambia, Wenye afya hawahitaji tabibu, bali walio hawawezi.

Ni mwitikio gani Yesu aliutoa kwa Mathayo mtoza ushuru? Alimwambia amfuate na kuwa mmoja wa wanafunzi wake. Alikwenda nyumbani kwake na kula pamoja naye. ALifanya hivi kwa kuwachanganya kabisa viongozi wa dini wa siku zile ambao hawakujihusisha na watu kama hawa.

Hebu tafakari pia mfano ambao Yesu aliutoa katika Luka 18 juu ya Farisayo na mtoza ushuru.

> Luka 18:10-14 (10) "Watu wawili walipanda hekaluni kwanda kusali, mmoja Farisayo, wa pili mtoza ushuru. (11) Yule Farisayo akasimama akiomba hivi moyoni mwake; 'Ee Mungu, nakushukuru kwa sababu mimi si kama watu wengine, wanyang'anyi, wadhalimu, wazinzi, wala kama huyu mtoza ushuru. (12) Mimi nafunga mara mbili kwa juma; hutoa zaka katika mapato yangu yote.' (13) "Lakini yule mtoza ushuru alisimama mbali, wala hakuthubutu hata kuinua macho yake mbinguni, bali alijipiga-piga kifua

akisema, 'Ee Mungu, uniwie radhi mimi mwenye dhambi.' (14) "Nawaambia, huyu alishuka kwenda nyumbani kwake amehesabiwa haki kuliko yule; kwa maana kila ajikwezaye atadhiriwa, naye ajidhiliye atakwezwa."

Katika mfano huu, si inashangaza kumwona Bwana Yesu, wakati akiwalinganisha viongozi wa dini wa siku zile na mtoza ushuru, yeye alichagua upande wa yule mtoza ushuru. Aliona kitu ndani yao ambacho watu wengine hawakukiona. Nadhani Zakayo ni mtoza ushuru anayefahamika sana katika Biblia. Aliposikia kwamba Yesu yuko katika mji ule, Zakayo alipanda juu ya mti wa mkuyu ili aweze kumwona. Yesu alipofika mahali pale pa Zakayo, alisimama na kumwita: "Zakayo, shuka upesi, kwa kuwa leo imenipasa kushinda nyumbani mwako" (Mathayo 19:5). Zakayo alipoteshuka chini ya mti, Yesu aliambatana naye hadi nyumbani kwake na kula naye chakula. Alizungumza naye binafsi juu ya mtindo wa maisha yake na kumpa changamoto za kuyatengeneza maisha yake. Zakayo aliitikia kwa shauku kubwa na kutubu dhambi zake mbele ya Yesu.

Je! Juu ya watu wa mataifa? Yesu aliitikiaje kwao? Hebu tafakari kile watu wa siku zile walivyokuwa wakisema juu ya Yesu katika Mathayo 19:11.

Mathayo 11:19 (19) "Mwana wa Adamu alikuja, akila na kunywa, wakasema, Mlafi huyu, na mlevi, rafiki yao watoza ushuru na wenye dhambi!"

Sikiliza ushauri wa Mtume Petro juu ya watu wa mataifa wa wakati ule:

1 Petro 2:12 (12) Muwe na mwenendo mzuri kati ya Mataifa, ili, iwapo huwasingizia kuwa watenda mabaya, wayatazamapo matendo yenu mazuri, wamtukuze Mungu siku ya kujiliwa.

Petro anawashauri wasomaji wake kuishi maisha mema katikati ya watu wa Mataifa ili wayaonapo matendo yao mazuri wamtukuze Mungu. Kuna mambo mawili tunayopaswa kuyaona mahali hapa. Kwanza, Petro aliamini kwamba watu wa Mataifa wanaweza kufika mahali wakamtukuza Mungu. Pili, aliwaasa waumini wote kuishi maisha yenye lengo la kuwasaidia watu wa mataifa kupata ufahamu wa kutosha juu ya Mungu na kuweza kumtukuza.

Akiwaandikia Wakorintho, Paulo analishutumu kanisa kwa kutenda matendo ambayo hata watu wa mataifa hawayafanyi (1 Wakorintho 5:1). Mara kwa mara Mungu huwashutumu watu wake kwa kuishi maisha maovu kuliko hata watu wa mataifa wanaowazunguka (2 Wafalme 21:9; 2 Nyakati 33:9). Yesu akaweka wazi kabisa kwamba kama tunasababu ya kumshutumu ndugu yetu ni vizuri kujitathimini sisi wenyewe kwanza.

> Mathayo 7:3-5 (3) Basi, mbona wa kitazama kibanzi kilicho ndani ya jicho la ndugu yako, na boriti iliyo ndani ya jicho lako mwenyewe huiangalii? (4) Au utamwambiaje nduguyo, Niache nikitoe kibanzi katika jicho lako; na kumbe! Mna boriti ndani ya jicho lako mwenyewe? (5) Mnafiki wewe, itoe kwanza ile boriti katika jicho lako mwenyewe; ndipo utakapoona vema kukitoa kile kibanzi katika jicho la ndugu yako.

Kwa hakika, kile ambacho ni kweli juu ya ndugu ni kweli pia kwa mtu wa mataifa asiyemjua Mungu. Kabla ya kuwashutumu juu ya dhambi zao tunapaswa kuwa waangalifu kutazama tumesimama wapi.

Kumekuwapo na wale ambao wameitafsili Mathayo 18:17 kumaanisha kwamba tunapaswa kumtenga ndugu huyu aliyetenda dhambi na kukataa kutubu na kutosema naye. Hivi sivyo Yesu alivyowatendea watu wa mataifa na watoza ushuru wa siku zile. Ukweli wa jambo ni kwamba tunamtenda vibaya ndugu asiyetubu kuliko watoza ushuru na wasioamini. Tunajitahidi kujenga mahusiano na mtu asiyeamini ili hapo baadaye tumshuhudie aokoke huku tukimtenga ndugu asiyetaka kutubu. Tunaweza kufanya kila kitu kujaribu kumpata "mtoza ushuru" lakini tumesikia habari mbaya na za kusikitisha jinsi muumini anavyomtendea ndugu yake aliyeanguka dhambini. Yesu ametuonyesha njia nyingine tofauti.

Yesu aliwashika urafiki watoza ushuru na wenye dhambi. Alikula pamoja no na kusema nao. Alishughulika nao kuwarejesha katika imani. Petro anatusihi kuishi maisha yetu katikati yao kwa namna ambayo itawavuta katika imani. Kifungu ambacho kinaelezea hali hii kwa nguvu sana ni Luka 15. Sikia kile ambacho Yesu anasema:

> Luka 15:3-7 (3) Akawaambia mfano huu, akisema, (4) Ni nani kwenu, mwenye kondoo mia, akipotewa na mmojawapo, asiyewaacha wale tisini na kenda nyikani, aende akamtafute yule aliyepotea hata amwone? (5) Naye akiisha kumwona, humweka mabegani pake akifurahi. (6) Na afikapo nyumbani kwake, huwaita rafiki zake na jirani zake, akawaambia, Furahini pamoja nami, kwa kuwa nimekwisha kumpata kondoo wangu aliyepotea. (7) Nawaambia, Vivyo hivyo kutakuwa na furaha mbinguni kwa ajili ya mwenye dhambi mmoja atubuye, kuliko kwa ajili ya wenye haki sitini na kenda ambao hawana haja ya kutubu.

Hiki ni kifungu cha Maandiko ambacho hugusa sana. Tambua kwamba kulikuwa na kondoo mia moja zizini lakini mmoja akapotea. Mchungaji alikuwa na mwitikio gani juu ya yule kondoo aliyepotea? Mstari wa 3 unatuambia kwamba aliwaacha wale tisini na kenda na kwenda nyikani kumtafuta. Kipaumbele cha mchungaji kilikuwa ni yule kondoo aliyepotea. Atafanya kila anachoweza kuhakikisha kwamba anampata na kumrejesha zizini. Je! Huu si mwitikio ambao tunapaswa kuwa nao juu ya ndugu yetu aliyepotea? Badala ya kumtenga na kumwacha, hatupaswi kufanya kila tunachoweza ili kumrejesha zizini?

Kumtenda ndugu kama watoza ushuru na watu wa mataifa kunahitajika nguvu nyingi sana. Kama ndugu ametawanyika kutoka kwa Bwana, anahitaji kurejeshwa katika ushirika. Ni wajibu wetu kufanya kila kinachotakiwa kuhahakikisha kwamba ndugu huyu anarudi. Kama mchungaji wa Luka 15, hatupaswi kukata tamaa hadi pale tutakapokuwa tumemrejesha katika ushirika na Mungu pamoja na ndugu zake katika Kristo.

Baada ya kusema hili, Maandiko yanasema kuna madhara ya kudumu katika dhambi. Tunapaswa kupata muda wa kuyatafakari matokeo haya.

Sheria ya Agano la Kale ilieleza kwamba ni wana wa Israeli tu ndio waliopaswa kusherehekea sikukuu ya pasaka, hakuna mtu wa mataifa alitakiwa kuhusishwa katika sherehe hii.

Kutoka 12:43 (43) BWANA akawaambia Musa na Haruni, Amri ya pasaka ni hii; mtu mgeni asimle.

Vivyo hivyo Mtume Paulo aliwaasa waumini wote kujihoji wenyewe kabla ya kuumega mkate na kukinywea kikombe kwa sababu wapo wengi waliofanya isivyostahili wakaleta hukumu juu yao wenyewe.

1 Wakorintho 11: 28-29 (28) Lakini mtu ajihoji mwenyewe, na hivyo aule mkate, na kukinywea kikombe. (29) Maana alaye na kunywa, hula na kunywa hukumu ya nafsi yake, kwa kutoupambanua ule mwili.

Hapa iko wazi kabisa kwamba kama ndugu tukimwona kama mtu wa mataifa na mtoza ushuru, lazima tuwazuie wasishiriki pamoja nasi katika ushirika mtakatifu.

Pili, katika Kumbukumbu la Torati 17:14-15 Mungu aliwaambia watu wake kwamba mtu mgeni asije akawatawala.

Kumbukumbu la Torati 17:14-15 (14)Utakapokwisha kuingia katika nchi akupayo BWANA, Mungu wako ukaimiliki, na kukaa humo; nawe utakaposema, Nitaweka mfalme juu yangu mfano wa mataifa yote yaliyo kando-kando yangu; (15) usiache kumweka yule atakayechaguliwa na BWANA, Mungu wako, awe mfalme juu yako; umweke mmoja katika ndugu zako awe mfalme juu yako; usimtawazi mgeni juu yako, ambaye si ndugu yako.

Katika Agano Jipya Tito anatupa sifa za kiongozi wa kanisa. Tambua kwamba sifa mojawapo ni kwamba mzee wa kanisa anapaswa kuwa "hashitakiwi neno."

Tito 1:6 (6) ikiwa mtu hakushitakiwa neno, naye ni mume wa mke mmoja, ana watoto waaminio, wasioshitakiwa kuwa ni wafisadi wala wasiotii.

Kutokana na mistari hii, ndugu yetu ambaye amekataa kulisikia kanisa hawezi kuwa kiongozi wa kanisa la Kristo. Anapaswa kuondolewa katika uongozi.

Tatu, hebu tafakari juu ya kifungu hiki katika Ezra 4:1-3:

Ezra 4:1-3 (1) Basi, adui za Yuda na Benyamini waliposikia ya kuwa wana wa uhamisho wanamjingea BWANA, Mungu wa Israeli, hekalu, (2) wakamkaribia Zerubabeli, na wakuu wa mbari za mababa, wakawaambia, Na tujenge sisi nasi pamoja nanyi; kwa maana tunamtafuta Mungu wenu kama ninyi, nasi twamtolea dhabihu tangu zamani za Esarhadoni, mfalme wa Ashuru., aliyetupandisha mpaka hapa. (3) Lakini Zerubabeli, na Yoshua, na wakuu wengine wa mbari za mababa katika Israeli, wakawaambia, Ninyi haiwahusu kushirikiana nasi katika kumjengea Mungu wetu nyumba; bali sisi wenyewe peke yetu tutamjengea BWANA, Mungu wa Israeli, nyumba, kama mfalme Koreshi, mfalme wa Uajemi, alivyotuamuru.

Zerubabeli na Yoshua waliamini kwamba kazi ya kuupanua ufalme wa Mungu iliwahusu watu wa Mungu. Watu wa mataifa hawakuwa na nafasi katika hili.

Hii inathibitishwa na Mtume Paulo anaposema katika Agano Jipya:

> 2 Wakorintho 6:14-15 Msifungwe nira pamoja na wasio amini, kwa jinsi isivyo sawasawa; kwa maana pana urafiki gani kati ya haki na uasi? Tena pana shirika gani kati ya nuru na giza? (15) Tena pana ulinganifu gani kati ya Kristo na Beliari? Au yeye aaminiye ana sehemu gani pamoja nay eye asiyeamini?

Kama itafikia hatua ya kumwona ndugu kama mtu wa mataifa, basi kanuni hii inatumika. Ndugu aliyetengwa kama mtu wa mataifa hawezi kujishughulisha katika kazi ya Mungu. Anapaswa kuondolewa katika uongozi wa kanisa hadi pale atakapokuwa ametubu na kurudi.

Mbali na hatua hizi kuwa zimechukuliwa bado kuna matokeo mengine ya kudumu katika dhambi. Matokeo haya ni hatari zaidi ya kutoshiriki meza ya Bwana, kuongoza au kutumika kanisani. Maandiko yanatueleza kwamba tunapodumu katika dhambi, ushirika wetu na Mungu huzibwa kwa namna nyingi mbalimbali.

Akizungumza na waume wa siku zile, Mtume Petro aliwaambia kwamba kama hawatapatana na wake zao, maombi yao yatazuiliwa:

> 1 Petro 3:7 (7) Kadhalika ninyi waume, kaeni na wake zenu kwa akili, na kumpa mke heshima, kama chombo kisicho na nguvu; na kama warithi pamoja wa neema ya uzima, kusudi kuomba kwenu kusizuiliwe.

Kama kutopatana na wake zetu kunazuia maombi yetu, itakuwaje kwa ndugu ambaye hataki kulisikia kanisa kwa kuufanya mgumu moyo wake? Mungu hatajibu maombi ya mtu ambaye hatalisikia kanisa na kutubu dhambi zake.

Pili, Yesu aliwaambia wasikilizaji wake katika Mathayo 5:24-25 kwamba Mungu hatapokea ibada ya ndugu yule asiyekubali kurudiwa.

Mathayo 5:23-25 Basi ukileta sadaka yako madhabahuni, na huku ukikumbuka ya kuwa ndugu yako ana neno juu yako, (24) iache sadaka yako mbele ya madhabahu, uende zako, upatane kwanza na ndugu yako, kasha rudi uitoe sadaka yako. (25) Patana na mshitaki wako upesi, wakati uwapo pamoja naye njiani; yule mshitaki asije akakupeleka kwa kadhi, na kadhi akakupeleka kwa askari, ukatupwa gerezani.

Je! Umewahi kuhisi kwamba huna mawasiliano na Mungu? Kwa muumini hakuna kitu kibaya kama kumwona Mungu akitutega kisogo tunapokuja mbele zake katika ibada na maombi. Ushirika na Mungu wetu wa mbinguni huzuiliwa na hali ya kudumu katika dhambi.

1 Wakorintho 3 inatueleza kwamba Mungu ataipima kazi ya mikono yetu.

1 Wakorintho 3:12-14 (12) Lakini kama mtu akijenga juu ya msingi huo, dhahabu au fedha au mawe ya thamani, au miti au majani au manyasi, kazi ya ya kila mtu itakuwa dhahiri. (13) Maana siku ile itaidhihirisha, kwa kuwa yafunuliwa katika moto; na ule moto wenyewe utaijaribu kazi ya kila mtu, ni ya namna gani. (14) Kazi ya mtu aliyoijenga juu yake ikakaa, atapata thawabu.

Hii inamaanisha kwamba tutatoa hesabu ya kazi yetu mbele za Mungu. Hili si jambo la kuchukulia kwa mzaha. Wakati ule tutakaposimama mbele za Mungu siku ile ya hukumu na kuona jinsi gani tulivyoyaharibu maisha yetu katika ukaidi na dhambi, matokeo yake yatakuwa ni ya kutisha. Ingawa tumehakikishiwa wokovu wetu, hatutapata thawabu na kukubaliwa naye.

Si tu kwamba ndugu anayekaidi na kudumu katika dhambi anapaswa kuondolewa katika uongozi wa kanisa, lakini pia atagundua kwamba Mungu hasikii maombi yake, hapokei ibada yake, na kwa hakika atamhukumu kwa matendo yake. Mambo haya si ya mzaha mbele za Mungu na yatakuwa na matokeo ya kudumu.

Mambo ya Kutafakari:

- Ni kwa jinsi gani kaka au dada asiyetubu anaweza kufananishwa na watoza ushuru pamoja na watu wa mataifa?
- Yesu aliwatendeaje watoza ushuru na watu wa mataifa wa siku zile? Yeye anatutegemea tuwatendeeje ndugu zetu walioanguka dhambini?
- Kanisa lako limewatendeaje akina kaka na dada walioanguka dhambini?
- Ni matokeo gani ya Kibiblia anaweza kuyapata mtu anayekataa kulisikia kanisa?

Mambo ya Kuombea:

- Mwombe Mungu akusamehe pale ambapo ulimtendea ndugu aliyeanguka dhambini vibaya kuliko watoza ushuru na watu wa mataifa? Mwombe akupe neema ya kumpenda ndugu yako kama apendavyo.
- Mshukuru Bwana kwa mifano mizuri ya huruma na msamaha kwa wale walioanguka dhambini.
- Mwombe Mungu alisaidie kanisa lako kuwa na nia ya kitauwa kwa wale walioanguka dhambini katikati yao.

8
Kama Hakuna Suluhu

Tunapohitimisha somo hili tunapaswa kupata uwiano sahihi wa Maandiko juu ya kile ambacho tumejifunza. Ninaamini kwamba nimefikisha ujumbe vizuri juu ya kumfuatilia ndugu aliyekuwa akiishi dhambini.

Kwa hakika tunapaswa kufanya kila tunachoweza ili kuhakikisha kwamba ndugu huyu anarudi kwenye ushirika. Lengo la mafundisho ya Yesu katika Mathayo 18:15-17 ni urejesho au kurudi.

Baada ya kusema kwamba tunahitaji kufanya kila tunachoweza ili kumwona ndugu anarudi, tunapaswa kutambua kwamba si mogogoro yote itapata suluhu. Wakati mwingine, yawezekana tukafanya kila kitu kwa haki kabisa, lakini mgogoro ukabaki. Paulo alilielewa hili aliposema katika Warumi 12:18:

> Warumi 12:18 (18) Kama yamkini, kwa upande wenu, mkae katika amani na watu wote.

Zingatia kile ambacho Paulo anakisema hapa. Anaposema, "Kama yamkini" na "kwa upande wenu" Paulo anachotuambia hapa ni kwamba hatutaweza kuishi kwa amani na kila mtu. Kutakuwa na watu watakaotupinga na kutuwazia mabaya. Yesu mwenyewe alikuwa na maadui wengi tu. Watu hawa walimchukia na kumsulubisha msalabani. Mambo yake na wao hayakuweza kupatiwa suluhu na hayatapatiwa suluhu milele yote. Wale wanaomchukia Kristo watatengwa naye milele na hakutakuwa na tumaini la upatanisho. Hivyo isitustaajabishe kwamba hata sisi tutakuwa na watu ambao hakika hatutapatana nao.

Nidhamu ya kanisa haitatatua matatizo yetu yote. Kaka au dada anaweza kuendelea kuishi maisha ya dhambi hata baada ya kupewa adhabu na kanisa. Tufanye nini kama hatutapata suluhu kati yetu na ndugu yetu?

Mpende

Katika Ezekieli 35 Mungu alikuwa na hasira juu ya watu wa Seiri (kizazi cha Esau) "kwa kuwa umekuwa na uadui usiokoma, nawe umewatoa wana wa Israeli wapigwe kwa nguvu za upanga."

> Ezekieli 35:3-6 (3) uuambie, Bwana MUNGU asema hivi; Tazama, mimi ni juu yako, Ee mlima Seiri, nami nitaunyosha mkono wangu juu yako, nami nitakufanya kuwa ukiwa na ajabu. (4) Miji yako nitaiharibu, nawe utakuwa ukiwa; nawe utajua ya kuwa mimi ndimi BWANA. (5) Kwa kuwa umekuwa na uadui usiokoma, nawe umewatoa wana wa Israeli wapigwe kwa nguvu za upanga, wakati wa msiba wao, wakati wa mwisho wa uovu. (6) Basi, kama mimi niishivyo, asema Bwana MUNGU, nitakuweka tayari kwa damu, na damu itakufuatia; ikiwa hukuchukia damu, basi damu itakufuatia.

Rejeo la "uadui usiokoma" unaenda hadi kwa baba wa mataifa haya, Yakobo na Esau. Yakobo aliiba haki ya uzaliwa wa kwanza wa kaka yake Esau. Esau aliapa kwamba atamwua Yakobo (Mwanzo 47:21). Chuki hii iliendelea kutoka kwa baba hadi kwa watoto hivyo kizazi chote cha Esau kiliwachukia uzao wa Yakobo na kuwatoa kwa adui. Mungu aliwakasirikia kwa sababu walitenda kwa hasira na chuki dhidi ya watu wake.

Ni kitu kingine kabisa kuwa na jambo lisilokuwa na suluhu kati yako na ndugu na ni jambo jingine kabisa kumtendea kwa hasira na chuki ndugu huyu. Yesu anatufundisha kuwapenda adui zetu na kuwatendea mema.

> Mathayo 5:44-45 (44) lakini mimi nawaambia, Wapendeni adui zenu, waombeeni wanaowaudhi, (45) ili mpate kuwa wana wa Baba yenu aliye mbinguni; maana yeye huwaangazia jua lake waovu na wema, kuwanyeshea mvua wenye haki na wasio haki

Hata kama hutapata suluhu kati yako na ndugu yako unaweza kumpenda na kufanya cho chote kile kwa ajili yake. Kumpenda, kumpa mahitaji au kuwa rafiki yake hakumaanishi kwamba unaunga mkono yale aliyoyatenda. Tunaweza tusikubaliane naye kwa matendo yake lakini bado tukampenda.

Achilia Jambo

Kuna wakati ambapo tunapaswa kujifunza kuliachilia jambo. Mwandishi wa Mithali anasema hivyo:

> Mithali 17:14 (14) Mwanzo wa ugomvi ni kama kutoboa penye maji; Basi acheni ugomvi kabla haujafurika

Tukikosa hekima ya wakati gani tuliachilie jambo, tunasababisha matatizo makubwa na kuifanya hali kati yetu na ndugu iwe mbaya zaidi. Mithali 17:14 inatuonya kwamba tunapaswa kuliachilia jambo kabla halijafurika. Hii ilikuwa shida ya watu wa Seiri katika Ezekieli 35 (tumeinukuu hapo juu). Hawakujua ni wakati gani wa kuliachilia jambo hivyo wakajikuta kizazi chote kinatenda kinyume dhidi ya wana wa Israeli.

Mtume Paulo akiwaandikia akina baba alikuwa na ushauri huu:

> Waefeso 6:4 (4) Nanyi, akina baba msiwachokoze watoto wenu; bali waleeni katika adabu na maonyo ya Bwana.

Tunamchokoza mtu tunapomleteleza apate hasira kwa matendo au maneno yetu. Paulo anaeleza juu ya baba akiwa na jambo dhidi ya mwanawe. Baba anaendelea katika hasira yake mpaka mtoto anachokozwa na kuchapwa. Ni rahisi kiasi gani kumtendea hivyo kaka au dada katika Kristo? Tunaendela kusema nao juu ya dhambi yao na kila wakati tukikutana nao tunawakumbusha juu ya matendo yao. Kwa kufanya hivyo, tunawafanya wakasirike. Tunaamriwa kutofanya hivyo. Mwandishi wa kitabu cha Mhubiri anatupa ushauri wa busara anaposema kwamba kuna "wakati wa kunyamaza na wakati wa kunena (Mhubiri 3:7). Kama ufuatiliaji wa jambo unamfanya ndugu atende dhambi zaidi, je! Haitakuwa busara kunyamaza hatimaye?

Kuna kifungu kinachovutia sana katika Amosi kinachozungumzia hekima ya kunyamaza wakati wa uovu

> Amosi 5:12-13 (12) Maana mimi najua jinsi maasi yenu yalivyo mengi, na jinsi dhambi zenu zilivyo kubwa; ninyi mnaowaonea wenye haki, mnaopokea rushwa, na kuwageuza wahitaji langoni wasipate haki yao. (13) Kwa ajili ya hayo mwenye busara atanyamaza kimya wakati kama huo; kwa kuwa ni wakati mbaya.

Gundua kwamba mahali hapa Amosi anasema juu ya mtu mwenye busara akikaa kimya wakati wa uovu. Nabii anazungumzia wakati ambapo viongozi waovu walikuwa wameshika madaraka na kuwatesa wenye haki kwa kuwanyima haki zao. Katika nyakati kama hizi, mwenye haki angesema neno asingesikiwa. Kusema ukweli, wangeshutumiwa na kulaumiwa kwa msimamo wao. Ili kuzuia maovu zaidi, mwenye busara aliambiwa anyamaze na kuyaacha mambo yote mikononi mwa Mungu. Kuna wakati wa kufuatilia haki na kuna wakati wa kuliachilia jambo na kuliweka mikononi mwa Mungu ili tusiendelee kumfanya ndugu atende dhambi zaidi.

Mwamini Mungu

Nabii Isaya alitabiri kwamba Masihi atateswa na kuumizwa lakini hatafunua kinywa chake dhidi ya watesi wake. Badala yake aliyakabidhi yote mikononi mwa Baba:

> Isaya 53:7 (7) Alionewa lakini alinyenyekea, Wala hakufunua kinywa chake; Kama mwana-kondoo apelekwaye machinjoni, Na kama vile kondoo anyamazavyo Mbele yao wakatao manyoya yake; Naam, hakufunua kinywa chake.

Yesu hakujitete mbele ya watesi wake waliompiga na kumsulubisha. Alimwamini Baba yake kuyatumia yote yalitokea kwa ajili ya wema. Na hicho ndicho Baba alichokifanya. Yesu alisulubishwa mikononi mwa watu waovu lakini kifo chake kilileta wokovu kwa watu wake.

Yusufu aliuzwa kama mtumwa huko Misri ambako alitumika chini ya taifa geni. Kutokana na wivu, kaka zake wakamwuza kwa msafara wa wafanya biashara. Kaka zake walitenda dhambi kwa Yusufu lakini Mungu atakitumia kilichotukia kwa ajili ya wema. Yusufu atakuwa mtu mkubwa katika nchi yake ya utumwa. Mungu atamtumia kuwaokoa ndugu zake wakati wa njaa kali.

Hatutashinda kila vita. Kuna ndugu mmoja alinipa ushauri ambao sitausahau kamwe. Akizungumzia tukio ambalo lilikuwa limetokea katika familia yake alisema, "Wayne, nilipigana vita hadi kushindwa na nikakubaliana na matokeo." Ushauri wake ni wa busara sana. Kama waumini tunaweza kuwa ni watu wa kushindwa tu. Tunapaswa kupokea kushindwa kwetu kwa neema. Ilihali tunapaswa kufanya kila tunachoweza ili kuleta suluhu ya tatizo kati yetu na kaka au dada, hali hii ikishindikana, tunapaswa kuendelea kupenda, kuachililia jambo na kumwamini Mungu kwamba atalishughulikia kwa wema.

Sahau yaliyopita, endelea mbele

Acha nihitimishe kwa changamoto zitokazo kwa nabii Isaya:

Isaya 43:18-19 (18) Msiyakumbuke mambo ya kwanza, wala msiyatafakari mambo ya zamani. (19) Tazama, nitatenda neno jipya; sasa litachipuka; je! Hamtalijua sasa? Nitafanya njia hata Jangwani, na mito ya maji nyikani.

Yawezekana kabisa kwamba sisi sote tumewahi kukutana na watu ambao hawawezi kusahau. Wamewahi kukosewa zamani na hata baada ya miaka mingi kupita, bado wanakumbuka yote waliyotendewa. Watu hawa huwa wanahamu ya kuona kaka au dada huyu aliyewakosea anapaswa kulipa kwa kile alichokitenda. Ni rahisi mno kuzama katika mambo ya zamani. Mungu anatushauri tuyasahau ya zamani na tutazame mbele maana kuna jambo jipya analotaka kulifanya. Tunaweza kushikwa sana na mambo ya zamani kiasi kwamba tukashindwa kuzifurahia baraka tulizonazo sasa. Ni mara ngapi tumeiharibu siku ya leo kwa kosa lililotokea jana. Badala ya kumwamini Mungu, tunayaangamiza maisha yetu katika chuki na uchungu. Huwezi kuyabadilisha yale uliyotendewa, bali unaweza kuyabadili maisha yako kwa jinsi gani unavyoishi leo. Mungu anatuita kuyasahau yote yaliyopita pamoja na maumivu yake, tunajifunza kutoka kwayo na kumwamini Mungu kwa ajili ya mstakabali wa maisha yetu. Acha Mungu atupe neema ya kufahamu ni wakati gani tunaweza kusema tumefanya kila tunaloweza na ni wakati gani wa kuliachilia jambo na kumwamini kwamba yeye atashughulika na yote ambayo hayajapata suluhu.

Mambo ya Kutafakari:

- Je! Tutakuwa tayari kupata suluhu kila tunapopata migogoro kati yetu na watu wengine? Je! Kuna watu maishani mwako ambao bado haujapatana nao?
- Ni juhudi gani ambazo umekwisha kuzichukua ili kuimaliza migogoro iliyopo kati yako na ndugu? Ni faraja gani unayoipata kwa kutambua kwamba hata Yesu alikuwa na watu ambao hawakumpenda au kukubaliana naye?

- Je! Umekuwa ukiwatenda nini wale ambao wana migogoro nawe? Je! Umekuwa ukiwaonyesha upendo, rehema na huruma ya Mungu kwao?
- Ni kwa namna gani unaweza kusababisha jambo likawa baya zaidi katika juhudi ya kutafuta suluhu?
- Ni kwa namna gani Mungu anaweza kutumia mgogoro wako usiokwisha? Amekubadilishaje kupitia migogoro hii?
- Je! Unaweza kuyasahau yaliyopita na kutazama mambo mapya yaliyo mbele yako ambayo Mungu anakutendea? Ni nini hasa ambacho unakiona ni vigumu kukisahau?

Mambo ya Kuombea:

- Mwombe Mungu uwapende wale wote ambao hujapata suluhu ya migogoro yao.
- Mwombe Mungu akuonyeshe ni nini unapaswa kufanya ili kuleta suluhu kati yako na ndugu yako. Mwombe pia akuoneshe kama ni muda muafaka wa kuliachilia jambo na kumkabidhi yeye.
- Mshukuru Mungu kwa matatizo yote ambayo tumekumbana nayo maana yataleta wema mwingi.
- Mwombe Mungu akusaidie kusahau yale ya zamani na uendelee mbele kwa mambo mema aliyokuandalia.

Light To My Path Book Distribution

Light to My Path Book Distribution (LTMP) ni huduma ya kuandika na kusambaza vitabu kwa watumishi wenye uhitaji mwingi huko Asia, Amerika ya Kusini, na Afrika. Watumishi wengi wa huduma za Kikristo katika nchi zinazoendelea hawana mahitaji ya kutosha kukimu masomo ya Biblia au kununua vitabu mbalimbali vya kujisomea kwa ajili ya huduma zao na kujitia moyo binafsi. F. Wayne Mac Leod ni mwanachama wa shirika la Action Internation Ministries na amekuwa akiandika vitabu hivi kwa lengo la kuvisambaza bure au kwa gharama ndogo ambayo watumishi wataweza kugharimia ulimwenguni kote. Hadi leo maelfu ya vitabu hivi vimekuwa vikitumika katika mahubiri, kufundisha, uinjilisti na kuwatia moyo waumini katika makanisa yao kwa zaidi ya nchi thelathini. Vitabu katika mtiririko huu vimetafsiriwa katika lugha ya Kihindi, Kifaransa, Kihispania, na Kiswahili. Lengo ni kuhakikisha vinapatikana kwa waumini wengi zaidi.

Huduma ya LTMP ni huduma isiyo ya kibiashara, inajiendesha kwa imani na kumwamini Mungu kutoa mahitaji yote ya muhimu ili kuwezesha usambazaji wa vitabu hivi kwa kuwatia moyo na nguvu waumini kote ulimwenguni. Unaweza kuomba kwamba Mungu afungue mlango kwa ajili ya tafasili na usambazaji zaidi wa vitabu hivi?

www.ingramcontent.com/pod-product-compliance
Lightning Source LLC
Chambersburg PA
CBHW052124070526
44586CB00016B/2076